தக்ஷிலா ஸ்வர்ணமாலி

தமிழில்
எம். ரிஷான் ஷெரீப்

ஆதிரை
வெளியீடு

பீடி
சிங்கள நாவல்

© தக்ஷிலா ஸ்வர்ணமாலி

thakshilasvarnamali@gmail.com
தமிழில்: எம். ரிஷான் ஷெரீப்
mrishansh@gmail.com
முதல் பதிப்பு: ஜனவரி 2022, ஆதிரை
முகப்பு அட்டை: றஷ்மி
உள்வடிவமைப்பு: ஜீவமணி
ஆதிரை வெளியீடு
திருநெல்வேலி, யாழ்ப்பாணம்
இலங்கை
விலை: ₹ 220.00

Beedi
Sinhala Novel

© Thakshila Swarnamali

thakshilasvarnamali@gmail.com
Translated by: M.rishan Shareef
mrishansh@gmail.com
First Edition: January 2022, Aathirai
Cover Design: Rashmi
Layout: Jeevamani
Aathirai Publications
Thirunelvely, Jaffna
Sri Lanka
aathiraipub@gmail.com
Price: ₹ 220.00

ISBN: 978-624-97325-1-3

பீடி

ஒரு கட்டு பீடியையும்
ஒரு கட்டு காரம்புல் கதிர்களையும்
எனக்காகக் கொண்டு வந்த அவள்
பிரிந்து சென்ற பிறகு
உங்களுக்குப் பயனற்றவை என்றபோதிலும்
எனக்கு நேர்ந்தவற்றை எழுதி வைக்கத் தோன்றிய காரணத்தால்

பதிப்புரிமைகள் அனைத்தும் நயனாநந்தவுக்கு உரியது.
நயனாநந்தவின் அனுமதியின்றி எதையும் பிரதி எடுப்பது தடை செய்யப்பட்டுள்ளது.

சமர்ப்பணம்
ப்ரியம்வதாவுக்கு

நன்றி
அஞ்சலிக்கு

முன்னுரை

நயனாநந்த ஆகிய நான், இதில் குறிப்பிடப்பட்டுள்ள அனைத்து கருத்துகளுக்குமான பொறுப்பையும், நானே ஏற்றுக் கொள்வதாக அறியத் தருகிறேன்.

இப்படிக்கு,
நயனாநந்த சமரதுங்க

ஒன்று

எனது பெயர் **நயனாநந்த**. முதற்பெயரிலிருந்து கடைசிப் பெயர் வரை சொல்வதென்றால் நயனாநந்த சமரதுங்க. ஆகவும் முதற்பெயரிலிருந்து கடைசிப் பெயர் வரை என்றால், விஜயலத் பனங்கலகே நயனாநந்த சமரதுங்க பனங்கல. ஆனால் எனது பிறப்புச் சான்றிதழில் தாழ்த்தப்பட்ட சாதியைக் குறிப்பிடும் 'வய்யால பேடிகே நயனாநந்த' என்றே எனது பெயர் எழுதப்பட்டிருந்ததை நானே, இந்தக் கண்களால் கண்டிருக்கிறேன்.

எனது பெயரில் சமரதுங்கவும் பனங்கலவும் எப்படி வந்ததென்றும் வய்யால பேடிகே எப்படிக் காணாமல் போனதென்றும் எனக்குத் தெரியும். அதை, இந்தக் கதையின் ஏதோவொரு பகுதியில் நீங்கள் அறிவீர்கள். சொல்லிக் கொண்டு போகையில் ஏதோவொரு தருணத்தில் உங்களுக்குக் கூறுவேன். அதற்காக, அதை உங்களிடம் நிச்சயமாகக் கூறுவேன் என்று சத்தியம் செய்ய வேண்டிய அவசியம் எனக்கில்லை. அதை அறிந்து கொள்ள நீங்களும் வெகுவாக விரும்புவீர்கள் என்று தேவையற்றுக் கற்பனை செய்யும் அளவுக்கு எனக்கொரு குறைபாடும் இல்லை. உங்களை விடுவோம். அது எனக்கோ, எனது அம்மாவுக்கோ, சமரதுங்கவுக்கோ கூட அப்படியொன்றும் முக்கியமான விடயம் இல்லை.

என்னால், அப்பாவுக்கு அது எப்படி இருந்திருக்கும் என்பதை யோசித்துப் பார்க்க முடியாமல் இருக்கிறது. நான் அதைப் புரிந்து கொள்வதற்கு முன்பே அவர் காலமாகி விட்டதுதான் அதற்குக் காரணம். அவர் உயிருடனிருந்த காலத்தில் அதைப் புரிந்து கொள்ள முயற்சிக்கும் அளவுக்கு எனக்குத் தேவையெதுவும் ஏற்படவில்லை. என் கதையைச் சொல்வதற்கு முன்னர் எனது பெயரைச் சொல்லி ஆரம்பிப்பது

பொருத்தமாக இருக்கும் என்று நான் கருதியதாலேயே, மேற்படி விபரங்களையெல்லாம் கூற வேண்டி நேர்ந்தது.

எவ்வாறாயினும், மேலே நான் குறிப்பிட்ட அனைத்து பெயர்களும் என்னுடையவையே என்ற போதிலும் உண்மையில் அவையனைத்தும் எனது பெயரென்று நான் குறிப்பிடுவது பழக்கத்தினாலேயே தவிர விருப்பத்தினால் அல்ல. அத்தனை பெயர்களும் எனது அம்மாவினால் எனக்கு சூட்டப்பட்ட பெயர்கள்.

எனது வாழ்க்கையில் தற்போது எஞ்சியுள்ள எதிர்காலத்துக்கான சின்னச் சின்ன எதிர்பார்ப்புகளிடையே உள்ள மிகப் பெரிய ஆசை நானே, எனக்குப் பிடித்த பெயரொன்றைச் சூட்டிக் கொண்டு செத்துப் போவதுதான். அப்போதுதான், எனக்குப் பிடித்த அந்தப் பெயர் எனது மரண அறிவித்தல் சுவரொட்டியில் அச்சிடப்பட்டிருக்கும். எனது மரண அறிவித்தலைக் காணும் எவரும், மரணித்திருப்பது நான் என்பதை அறிந்து கொள்ளச் சாத்தியமில்லை. ஏனென்றால் அவர்கள் என்னை நயனாநந்த என்றே அறிந்திருக்கிறார்கள். ஆனால் மரணித்திருப்பது நயனாநந்த அல்ல. அப்படியென்றால் அது யாரென அறிந்து கொள்ள உங்களுக்குள்ளும் ஒருவித ஆர்வம் அப்போது தோன்றக் கூடும்.

எனக்கு நானே சூடிக் கொள்ளவுள்ள பெயர் இன்னும் தீர்மானிக்கப்படவில்லை. திகிலூட்டவல்ல துப்பறியும் எழுத்தை சிங்களத்துக்கு அறிமுகப்படுத்தியவரும், ஆயிரம் நாவல்களுக்கு மேல் எழுதியவருமான சிங்கள எழுத்தாளர் டீமன் ஆனந்தவின் கதையொன்றை வாசிக்கும்போது ஏற்படக் கூடிய ஆர்வத்தை உங்களுக்குள் உருவாக்க வேண்டிய அவசியம் எனக்கில்லை. (நான் ஷெர்லக் ஹோம்ஸ் கதைகளை வாசித்ததில்லை என்பதால்தான் டீமன் ஆனந்தவுக்குப் பதிலாக எழுத்தாளர் ஆர்தர் கொனன் டொயிலை நான் குறிப்பிடவில்லை.) எனக்குச் சூடிக் கொள்ள விரும்பும் பெயரை நான் தீர்மானித்த எந்தக் கணத்திலும், அதை உங்களிடம் சொல்வேன். அது உங்களுக்கு அவ்வளவு முக்கியமானதாக இல்லாமலும் இருக்கலாம்.

என்றாலும், அது எனக்கு மிகவும் முக்கியமானது. நான் அதை உங்களிடம் கூறுவது, உங்களுக்கு அது முக்கியமானது என்ற எண்ணத்தை நான் விரும்புவதால் அல்ல. அது எனக்கு மிகவும் முக்கியமானது என்பதனாலேயே. உங்களுக்கு முக்கியமானவற்றைச் சொல்லி காலத்தை வீணடிப்பதற்குப் பதிலாக எனக்கு முக்கியமானவற்றை உங்களிடம் சொல்வது, எங்கள் கிராமத்தில் உள்ள ஆகவும் பெரியதும், உயரமானதுமான மரத்துக்கு மேலாக எனதுள்ளத்தைப் பறக்கச் செய்யும். நீங்களும் அப்படிப் பறக்க வேண்டுமென்றால் அதற்கேற்ற ஏதாவது ஒன்றைச் செய்ய வேண்டியது நீங்கள்தான். வேறு எவராவது உங்களைப் பறக்கச் செய்யும் வரைக்கும் காத்திருப்பீர்கள் என்றால் உங்களுடைய தாளத்துக்கேற்ப அசைந்தவாறு, உங்களுக்குப் பிடித்த வடிவத்தில், நீங்கள் விரும்பிய திசையில் பறக்கவே முடியாதிருக்கும்.

(உண்மையில் எங்களுக்குப் பிடித்த வடிவத்தில் என்றபோதிலும், அதைத் தாண்டி யோசித்துப் பார்க்கும் போது அவ்வாறு எமக்கே எமக்கான ஒரு வடிவம் இல்லை என்றே புலப்படுகிறது. அனைத்துமே அனைவரினதும் ஆகும். தனது மாத்திரம் என்றோ, பிறரது மாத்திரம் என்றோ எதுவுமே இல்லை.)

இரண்டு

எங்கள் கிராமத்தின் ஆகவும் பெரியதும், உயரமானதுமான மரத்தைப் பற்றி மேலே கூறி விட்ட காரணத்தால், இப்போது அந்த மரத்தைப் பற்றி இவ்வாறு குறித்து வைக்கிறேன்.

அந்த மரம் ஓர் ஆலமரம். அவ்வாறானதொரு மிகப் பெரிய ஆலமரத்தை எங்கள் கிராமப்புறங்களில் வேறெங்கும் நான் கண்டதில்லை. எமது கிராமத்தவர்கள் அந்த மரத்துக்கு பூக்களையும், தீபங்களையும் வைத்து பூஜை செய்ததில்லை. அந்த மரத்தடியில் தும்பிக்கைகளைச் செதுக்கிய கற்களைக் கொண்டு வந்து வைக்கவில்லை. கிளைகளில் காணிக்கைகளைக் கட்டி வைத்து, அந்த மரத்திடம் எதுவும் பிரார்த்திக்கவுமில்லை.

ஒவ்வொரு நாளும் அந்தி வேளைகளில் அந்த மரத்தடியிலிருந்த ஆலம் வேரின் மீது வயதான நபர் ஒருவர் அமர்ந்திருந்து புல்லாங்குழல் வாசித்தார். அவர் தனது இளமைப் பருவத்திலிருந்தே அதைச் செய்து வந்தார். அவர் ஒரு பிரம்மச்சாரி. அமைதியான சுபாவமுடையவர். எப்போதாவது பூக்கும் புன்னகையையும், அந்தக் கோணல் புன்னகையைச் சூழவும் வாடி வதங்கிப் போன வதனத்தையும் கொண்டவர். அவர் வேறு யாருமல்ல. எனது மாமாதான். அம்மாவின் அண்ணன். அவருடைய புல்லாங்குழல் கீதம் முற்றாக இருள் சூழும்போதே நிறைவுக்கு வரும். அதற்குப் பிறகு அவர் வீட்டுக்குப் போய் விடுவார். ஏனென்றால், அந்த ஆலமரம் மயானத்தின் நடுவில் வீற்றிருந்தது. அதனால்தான் அவர், நள்ளிரவு வரையிலும் அங்கிருந்து புல்லாங்குழலை இசைப்பதில்லை.

மாமா போன பிறகு நள்ளிரவில் அந்த ஆகவும் பெரியதும், உயரமானதுமான மரத்தின் மீது பெண்ணொருத்தி ஏறிக் கொள்வாள். ஆலமரத்தின் கிளையொன்றின் மீது சாய்ந்தமர்ந்து கொள்ளும் அவள் ஊருக்கே கேட்குமாப்

போல கவிதைகள் பாடுவாள். அப்பொழுது அவள் மூக்கு முட்டக் குடித்திருப்பாள். கவிதைகளைப் பாடியபடியே மரக் கிளையின் மீது உறங்கி விடுவாள். விடிகாலை வரைக்கும் ஆலமரக் கிளையில் உட்கார்ந்திருக்கும் அவள் அம் மயான பூமியில் சூரிய வெளிச்சம் விழத் தொடங்கும்போதுதான் வீட்டுக்குப் போவாள். அந்தப் பெண் வேறு யாருமல்ல. எனது பெரியம்மாதான். அம்மாவின் அக்கா.

ஆலமரத்தின் கீழேயிருந்து மாமா நிகழ்த்திய புல்லாங்குழல் கீதமும், ஆலமரத்தின் மேலேயிருந்து பெரியம்மா நிகழ்த்திய கவிதை பாடலும் அந்த ஆலமரம் சரிந்து வீழ்ந்த பிறகுதான் நின்று போயின. வங்காள விரிகுடா தாழமுக்கத்தினால், எங்கள் கிராமத்தில், நிற்காமல் மழை பெய்த ஓர் அடைமழைக் காலத்தின் ஒரு விடிகாலையில் மழையின் இரைச்சலுக்கிடையில் பெரும் ஓசையொன்று மொத்த ஊருக்கும் கேட்டது. அது ஆலமரம் விழுந்த பேரோசை. அந்த நேரத்தில் பெரியம்மா ஆலமரக் கிளையின் மீதிருந்தாள். அவள் மழையில் மது போதையில் கிளையிலேயே உறங்கிப் போயிருந்தாளா, அல்லது உறக்கம் கலைந்து மழைச் சத்தத்திற்குள் கவிதைகளைப் பாடிக் கொண்டிருந்தாளா, ஒருவேளை மழையில் முழுவதும் நனைந்ததால் சில்லிட்ட குளிரில் முடங்கிப் போயிருந்தாளா என்பதையெல்லாம் எவரும் அறிந்திருக்கவில்லை. விடிகாலையின் இருளில் பெருமழையில் வீழ்ந்த ஆலமரத்தைப் பார்க்க, மழை விட்டு சூரிய வெளிச்சம் மயானத்தை எட்டிப் பார்த்த பிறகுதான் மக்கள் ஒன்று கூடினார்கள். அதற்கு முன்பே ஆலமரத்தின் கிளைகளுக்குள் அகப்பட்டு பெரியம்மா செத்துப் போயிருந்தாள்.

அதற்காக நீங்கள் ஒன்றும் கவலைப்படத் தேவையில்லை. அவலச் சுவையைத் தந்து உங்களைக் கவலையில் தள்ள வேண்டிய அவசியமும் எனக்கில்லை. நீங்கள் ஏற்கெனவே அளவுக்கதிகமான கவலையை அனுபவித்துக் கொண்டிருக்கிறீர்கள் என்பதை நான் அறிவேன். பெரியம்மா செத்துப் போனதற்கு எனது அம்மாவோ, ஊராரோ கூட

கவலைப்படவில்லை. ஆகவே நீங்கள் கவலைப்படுவதில் ஓர் அர்த்தமுமில்லை.

எல்லோருமே ஆலமரம் வேரோடு சரிந்ததற்காகத்தான் வருந்தினார்கள். பெரியம்மாவின் மரணத்தை, புயற்காற்றுக்கு செல்லரித்த சருகுக் கொப்பொன்று உடைந்து வீழ்ந்ததைப் போல எவரும் பொருட்படுத்தவேயில்லை. ஆலமரம் வீழ்ந்ததற்காக ஊரார் கவலைப்பட்டது, எனக்கு மகிழ்ச்சியாக இருந்தது. அதே நேரம், அவர்களால்தான் அது வீழ்ந்தது என்பதனால் கோபமும் வந்தது.

ஆமாம், அவர்கள்தான் காரணம். அவர்கள் கிராமத்து மயானத்தில் பிணங்களை எரிக்காமல், மின்மயானத்தில் எரிக்கத் தொடங்கினார்கள். பிணங்களைப் புதைக்க வேண்டியிருந்தால் கூட அதற்கு ஒரு சிறு இடமே போதுமாயிருந்தது. ஆகவே, மேடாக இருந்த மயானத்தின் ஓரத்தில் ஒரு விளையாட்டு மைதானத்தை அமைப்பதற்காகத் தரையைச் சமதளமாக்கினார்கள். மேற்சொன்ன காரணங்களால் அந்த ஆலமரம் தரையிலிருந்து பிளந்து மேலெழுந்து வெகுகாலமாக தடுமாற்றத்தோடுதான் நின்று கொண்டிருந்தது. அது போதாதென்று ஆலங்கிளைகளில் தொங்கியவாறு தரையில் ஊன்றி மரத்துக்கு இயற்கையான ஆதாரமாக நின்றிருந்த அப்பாவி வேர்களை அநீதமாக எவ்விதக் காரணமுமின்றி கிராமத்து ஆட்கள் வெட்டி விட்டிருந்தார்கள். அதனால் ஆகவும் பெரியதும், உயரமானதுமான அந்த ஆலமரம் இப்போது விழுந்து விடும், இப்போது விழுந்து விடும் என்று தோன்றியது எனக்கு மட்டும்தானா என்பது இப்போதும் எனக்குள் கேள்விக்குறியாகவே இருக்கிறது. அதைக் குறித்து நீங்கள் ஒன்றும் அலட்டிக் கொள்ளத் தேவையில்லை. நான் இப்படித்தான். அடிக்கடி ஆலமரத்தை குறித்து யோசித்துப் பார்ப்பேன். யோசிப்பதற்கு எனக்கு உதவியாளர்கள் வேண்டியதில்லை. நான் தனியே யோசிப்பதையே விரும்புகிறேன். என்றாலும் அந்த விருப்பம் என்றேனும் சிதைந்தது என்றால் அது ப்ரியம்வதாவுடன் இருந்தபோது

மாத்திரம்தான். நானும் ப்ரியம்வதாவும் ஒன்றாக இருந்த அநேகமான சந்தர்ப்பங்களில் இரண்டு பேரும் யோசித்துக் கொண்டிருப்பதைத்தான் செய்து கொண்டிருந்தோம். அது எல்லோருடனும் செய்ய முடியாத ஒன்று. ப்ரியம்வதாவைப் பற்றி நான் உங்களிடம் பிறகு சொல்கிறேன்.

நான் பிறகு கூறுவதாகச் சொல்வதையெல்லாம் நீங்கள் ஞாபகம் வைத்துக் கொள்ளச் சிரமப்படாதிருப்பதே நல்லது. நீங்கள் அப்படிச் செய்வீர்கள் என்று எண்ணிப் பார்க்கவே எனக்குச் சலிப்பாக இருக்கிறது. மனிதர்கள் சில பல விடயங்களை ஞாபகத்தில் வைத்துக் கொள்ள எடுக்கும் பிரயத்தனங்களைக் கண்டுகண்டே நான் அலுத்துப் போயிருக்கிறேன்.

ஆலமரம் வீழ்ந்த பிறகு ஊரார் ஒன்று சேர்ந்து ஆலமரத்தின் பேரில் அன்னதானம் கொடுத்தார்கள். தலைமைப் பிக்குவும் அதில் கலந்து கொண்டார். அது எனக்கு மகிழ்ச்சிதான். (தலைமைப் பிக்கு கலந்து கொண்டதை 'எழுந்தருளினார்கள்' என்று எழுதுவது நேர்மையற்றது என்று எனக்குத் தோன்றுகிறது. ஏனென்றால் அங்கு ஒரேயொரு தலைமைப் பிக்குவே வந்தார் என்பதை நானும் அறிவேன். நீங்களும் அறிவீர்கள்.) அதே நேரத்தில் பெரியம்மாவின் ஏழாம் நாள் அன்னதான நிகழ்வில் கலந்து கொள்ளுமாறு அவரை அழைத்த போது வர மறுத்துவிட்டு ஒரு இளம் பிக்குவை அனுப்பி வைத்திருந்தார். ஏழாம் நாள் அன்னதானம் விகாரைக்கு எடுத்துச் செல்லப்பட்டது. பெரியம்மாவின் மூன்றாம் மாத அன்னதானத்துக்கும் அதுவே நேர்ந்தது.

தரையோடு சாய்ந்த ஆலமரம், செல்லரித்துப் போகும் வரைக்கும் மாமா ஒவ்வொரு நாளும் அந்தி வேளைகளில் அந்த ஆலமரக் கட்டை மீது அமர்ந்திருந்து மயானத்துக்குக் கீழாக இருந்த வயல்வெளியைப் பார்த்துக் கொண்டிருப்பார். இருள் சூழும்போதுதான் வீட்டுக்குச் செல்வார். அத் தருணங்களில் மாமா புல்லாங்குழலை வாசிக்கவேயில்லை. ஆனாலும் அவர் ஆலமரக் கட்டையின் மீது அமர்ந்திருக்கச் செல்லும் போதெல்லாம் புல்லாங்குழலையும் கையோடு

கொண்டு போனார். ஒருநாள் இரவு, சருகாகிப் போயிருந்த அம் மாபெரும் ஆலமரத்துக்கு யாரோ கேடுகெட்டவர்கள், தீ வைத்து விட்டார்கள். அதற்குப் பிறகுதான் அங்கு போவதை மாமா நிறுத்திக் கொண்டார். அந்தக் கேடுகெட்டவர் யார் என்ற ரகசியத்தை ஊரார் மிகுந்த ஒற்றுமையோடு காப்பாற்றி வந்தார்கள். எவரும் அதைக் குறித்து கேள்வி எழுப்பவேயில்லை.

காய்ந்து போன ஓர் ஆலமரக் கட்டைக்காக நான் ஏன் இவ்வளவு உணர்ச்சி வசப்படுகின்றேன் என்று உங்களுக்குத் தோன்றக் கூடும். அவ்வாறாயின் அந்த யோசனையை நிறுத்திக் கொள்ளுமாறு உங்களைக் கேட்டுக் கொள்கிறேன். ஏனென்றால் எனக்கும் கூட அது ஒரு புதிர்தான். யாரோ ஒரு புண்ணியவான் ரகசியமாக அந்த ஆலமரக் கட்டைக்குத் தீ வைத்ததால், மயானம் வழியாக நேரங்கெட்ட நேரத்தில் எல்லாம் அங்குமிங்குமாகப் பயணிப்பவர்கள் மீண்டும் மீண்டும் அந்த ஆலமரக் கட்டையைப் பார்த்து இனிமேல் பயப்படத் தேவையில்லை என்பதால் ஊரார் அந்தச் செயலை ஒரு புண்ணிய காரியமாகத்தான் கண்டார்கள்.

எது எவ்வாறாயினும், ஆலமரக் கட்டைக்கு யாரோ வைத்த அந்தத் தீ ஒரு வாரம் கடந்தும் அணையவில்லை. இரண்டு வாரத்திற்குப் பிறகும் கூட கட்டையிலிருந்து புகை கசிந்து கொண்டிருந்தது. அந்த ஞாபகம் வரும்போது, இப்போதும் கூட எனது நெஞ்சிலிருந்து புகை கசிகிறது. இப்படிச் சொல்வதால் நான் மிகவும் இளகிய மனதுடையவன் என்ற தீர்மானத்துக்கு வர நீங்கள் அவசரப்படக் கூடாது. காரணம், இந்த ஆலமர விவகாரத்தைத் தவிர்த்துவிட்டுப் பார்த்தால் இதுவரையில் எனது வாழ்க்கையில் கிட்டத்தட்ட நான்கு அல்லது ஐந்து விடயங்களுக்காகத்தான் நான் வருத்தப்பட்டிருக்கிறேன்.

அவற்றிலும் முக்கியமானவை என்றால், கீழ்வருவனவற்றைக் குறிப்பிடலாம்.

1. தோட்டத்தில் கால் ஏக்கர் முழுதும் பரந்து வளர்ந்து அடர்த்தியாக நிழல் தந்து கொண்டிருந்த மஹோகனி மரங்களையெல்லாம் அம்மா வெட்டி விற்றுவிட்டு அந்தப் பணத்தில் அவள் செய்த காரியம்.

2. நான் ஒரு பலாமரத்தை வெட்டி விற்ற சந்தர்ப்பத்தில் அந்த மர வியாபாரியால் நான் ஏமாற்றப்பட்ட சம்பவம்.

3. அஞ்சலிகாவின் உள்பாவாடை ரேந்தை தொடர்பான நிகழ்வு

ஆகியவைகளாகும்.

மேற்சொன்னவற்றுள், அஞ்சலிகாவின் உள் பாவாடை ரேந்தை தொடர்பான சம்பவத்தையே நீங்கள் அறிந்து கொள்ள ஆர்வமாக இருப்பீர்கள் என்பதை நான் நன்கு அறிவேன். நீங்கள் புத்தகம் வாசிப்பதால் மற்றவர்களிடமிருந்து வேறுபட்டிருப்பீர்கள் என்று கருத முடியுமென்றாலும், என்னைப் பொறுத்தவரை நீங்களும் தெருவில் நான் சந்திக்கின்ற புத்தகம் வாசிக்கின்ற அல்லது வாசிக்காத யாரோ ஒரு சர்வ சாதாரணமான நபர்தான். *(நான் கூட உங்களுக்கு அப்படியொரு சர்வ சாதாரணமான நபர்தான்.)*

மூன்று

நீங்கள் சர்வ சாதாரணமான ஒருவர் என்று கூறியதால் உங்கள் மனம் நொந்திருந்தால் பின்வரும் ஐந்து வாக்கியங்களைக் கொண்டு உங்களை நீங்களே ஆற்றுப்படுத்திக் கொள்ளலாம்.

நடிகர் சரத்சந்திரவும் சர்வ சாதாரணமான ஒருவர்தான். பாடகர் பொப் மாலேயும் சர்வ சாதாரணமான ஒருவர்தான். இசையமைப்பாளர் ஏ.ஆர். ரஹ்மானும் சர்வ சாதாரணமான ஒருவர்தான். முதல் கிரேக்கப் பிரதமர் சிப்ராஸூம் சர்வ சாதாரணமான ஒருவர்தான். அப்படிச் சர்வ சாதாரணமான ஒருவர் அல்ல என்று உங்களுக்குத் தோன்றும் யாரையாவது ஞாபகப்படுத்திப் பாருங்கள். அவர்களும் கூட சர்வ சாதாரணமான மனிதர்கள்தான். (எண்ணிப் பார்க்கும்போது இங்கு ஆறு வாக்கியங்கள் இருப்பதாகத் தோன்றிய போதிலும், ஐந்து வாக்கியங்களே இங்கு இருப்பது மீண்டும் ஒரு தடவை எண்ணிப் பார்க்கும்போது புலப்படும். உண்மையில் இங்கு இருப்பது மூன்று வாக்கியங்கள்தான்.)

இவர்கள் எல்லோருமே சர்வ சாதாரணமான மனிதர்கள் என்றாலும், இந்தப் பட்டியலில் கோத்தாபய ராஜபக்ஷவையோ, மஹிந்த ராஜபக்ஷவையோ, பசில் ராஜபக்ஷவையோ, அல்லது நாமல் ராஜபக்ஷவையோ - அப்படிக் கருதிவிடாமல் இருப்பதில் நீங்கள் கவனமாக இருக்க வேண்டும். முன்பு குறிப்பிடப்பட்டவர்கள் மரியாதைக்குரிய கண்ணியமான மனிதர்கள் என்பதை அனுமானித்துக் கொள்வதற்காக இப்படிச் சொல்கிறேன் என்று அர்த்தப்படுத்தக் கூடாது. வசனங்களில் முழுமையடையும் அர்த்தங்களாலேயே அவர்கள் சர்வ சாதாரணமான மனிதர்கள்.

ஒருவேளை நீங்கள் பொப் மாலேயின் ரசிகர் என்றால், தொழிற்சங்கவாதி ஜோ ஹிக்ஸோ, இசைக் கலைஞர் பீற்றர் டொஷ்ஸோ, செலாஸியோ சர்வ சாதாரண மனிதர்கள் அல்ல என்பதை நான் வலியுறுத்திக் கூறுகிறேன். நான்

டமன் ஆனந்தவிற்கு ரசிகனாயிருப்பது போலவே, ஜோ ஹிக்ஸினதும் ரசிகன் என்று காண்பிக்க முயற்சிப்பது இந்தக் கதையின் நம்பகத்தன்மைக்குப் பாதகமானது என்று உங்களுக்குத் தோன்றினால், அதற்குப் பரவாயில்லை. காரணம், நம்பிக்கையைப் பாதுகாக்க பொய் சொல்வதற்குப் பதிலாக, உண்மையைச் சொன்னால் அந்த நம்பிக்கை சிதைகின்றது என்றால் அது நல்லதுதான். வேடிக்கையான போதும் கூட.

நீங்கள் பொப் மாலேயின் பக்தராயிருந்து, இதற்கு மேலும் இதை வாசிக்க முடியாத அளவிற்கு மனமுடைந்து போயிருந்தால், நான் உங்களுக்குச் சொல்வதெல்லாம் இதுதான். இன்னும் கொஞ்சம் வாசித்துப் பாருங்கள். காரணம் 'நான் அஞ்சலிகாவின் உள்பாவாடை ரேந்தை குறித்து அடுத்த பாகத்தில் குறிப்பிட்டிருக்கிறேன்.'

அதை அடுத்ததாக எழுதுவது உங்களைப் பிடித்து நிறுத்துவதற்கு அல்ல. உண்மையில் நானும் அதைச் சொல்ல விரும்புகிறேன். ஏனென்றால் நானும் கூட, நீங்கள் தெருவில் சந்திக்கக்கூடிய சர்வ சாதாரணமான ஒரு நபர்தான்.

நான்கு

அஞ்சலிகா, எனது அத்தையின் ஒரே மகள். ஏதோ தற்செயலாக அவளும், நானும் சம வயதுக்காரர்களாக இருந்தோம். என்றாலும், நாங்கள் ஒரே பாடசாலைக்குச் செல்லவில்லை. அந்தச் சம்பவம் நடந்த போது அஞ்சலி இருபது வயதுகளில் இருந்தாள். (இப்போது எமக்கு நாற்பது வயதாகிறது.)

அஞ்சலியின் அம்மா அதாவது எனது அத்தை, நானறிந்த காலம் தொட்டு இப்போது வரைக்கும் தன் விரல்களைக் கொண்டு மிகவும் அழகான ரேந்தைகளைப் பின்னி வருகிறாள். இப்போது நான் கூறப் போகும் இந்தச் சம்பவம் நடைபெற்ற நாட்களிலும் அவள் பல நாட்கள் திண்ணையில் அமர்ந்திருந்து கிட்டத்திலும் தொலைவிலும் உள்ளவை தென்படாத, இரண்டுக்கும் இடைப்பட்ட தூரத்தில் இருப்பவை மாத்திரமே புலப்படக் கூடிய தன்னுடைய கண்களால் பெரும் சிரமத்துடன் பார்த்துப் பார்த்து இரண்டு மீற்றர் நீளமான இளஞ்சிவப்பு ரேந்தையொன்றைப் பின்னியிருந்தாள். அவளது ஒரே மகளான அஞ்சலிகா புதிதாகத் தைத்துக் கொண்டிருந்த கவுணின் கழுத்தைச் சுற்றியும், கையைச் சுற்றியும் அந்த ரேந்தையைத் தைக்க வேண்டும் என்பதற்காகத்தான் அத்தை அதைப் பின்னியிருந்தாள்.

அஞ்சலிகா ஆடைகளைத் தைப்பதில் திறமை வாய்ந்தவள். எனது அம்மாதான் அவளுக்கு அதைக் கற்றுக் கொடுத்திருந்தாள். எனது தங்கை அம்மாவிடமிருந்து அதைக் கற்றுக்கொள்ளவில்லை என்ற கோபத்தில் அஞ்சலிகாவுக்குக் கற்றுக்கொடுத்தாள்.

அஞ்சலிக்கென அத்தை பின்னிக் கொடுத்த இளஞ்சிவப்பு நிறத்தினாலான மிகவும் வசீகரமான அந்த ரேந்தை நேர்த்தியாக இல்லை என்று கூறிய அஞ்சலி அதை

அவள் தைத்த மிக அழகான கவுணுக்கு வைக்காமல் அவளது பழைய உள்பாவாடையின் ஓரத்துக்கு வைத்துத் தைத்தாள். உண்மையில் அந்த ரேந்தையை யாராவது காண நேர்ந்திருப்பின், உள்பாவாடையைக் கழுவி குளிக்கும் கிணற்றின் அருகேயிருந்த புற்தரையில் காயப் போட்டிருக்கும் போது மாத்திரம்தான் அது நிகழ்ந்திருக்கும். அத்தை அந்தச் சம்பவத்தை மிகுந்த கவலையோடு என்னிடம் கூறியபோது நான் மிகவும் கவலைப்பட்டேன்.

அஞ்சலிகாவின் உள்பாவாடை ரேந்தையை அதை அவள் அணிந்திருந்த சந்தர்ப்பங்களில் எவரும் கண்டிருக்க மாட்டார்கள் என்பதில் எனக்கு நம்பிக்கை இருக்கிறது. அஞ்சலி ஒரு கறுப்பினப் பெண் அளவுக்கு அடர்த்தியான கருமை நிறமானவள். அவளுடைய ஒரு கால் மற்றையதை விடவும் குட்டையானதென்பதால் நடக்கும் போது நொண்டுவாள். முகத்தில் ஒரு பாதியை மூடுமளவிற்கு தோல் நிறத்தை விடவும் ஆழமான கறுப்பில் பெரியதொரு மரு இருக்கின்றது. மிகக் குறைவான தலைமயிர், முரட்டுத்தனமான குரல், இடை சிறுத்து அகன்ற தோள்கள் ஆகியவற்றைக் கொண்டிருந்தாள். என்னுடைய நம்பிக்கை இந்தக் காரணங்களால் அல்ல. இயல்பாகவே அவளுக்கு ஆண்கள் மீது ஆர்வமோ ஆகச் சிறிய ஆசையோ கூட இல்லை. அவள் காடு மேடு, ஓடை, வரப்பு, வாய்க்கால் என அலைந்து திரிவாள். மரங்களையும் கற்களையும் ஆராய்வாள். பறவைச் சிறகுகளையும் சின்னஞ் சிறு கற்களையும் சேகரித்து அவற்றோடே தன் வாழ்வை நகர்த்தும் பெண் அவள். ஆண்களை விடவும் அவளை உற்சாகமூட்டுபவை மரங்களும், கற்களும், தண்ணீரும், பறவைச் சிறகுகளும்தான்.

அஞ்சலியை, ஆண்களைப் பற்றிய எண்ணங்கள் வெறுப்படையச் செய்தன. அவை அவளுக்கு ஒரு பொருட்டாகவே இல்லை. ஒரு பெண், ஆணைக் காதலிக்கும்போது உருவாகும் சந்தோஷத்தில், அவள் தனது உடல் மீதும், தன் மீதும் கொண்டிருக்கும் ஆழமான காதலும்

கலந்திருக்கும் என்று பத்து சத நாணயத்தைப் போன்ற பேரழகை தனது முகத்தில் கொண்டிருந்த, சேலை கட்டிய, உச்சியில் கொண்டை போட்டிருந்த பெண்ணொருத்தி என்னிடம் சொல்லியிருந்தாள். அவளைப் பற்றி நான் உங்களுக்கு பிறகு சொல்கிறேன். அஞ்சலிகாவுக்குள் அவ்வாறான வெகுளித்தனமான காதலை விடவும் அவளுக்கு அவளுடனேயே ஆழமானதோர் உரையாடல்தான் நடந்து கொண்டிருந்தது.

அஞ்சலி எனது அம்மாவின் மனதை நோகடிக்க விரும்பாததால்தான் அவளுக்குத் தையலைக் கற்றுக்கொள்ள நேர்ந்தது. என்னுடைய தங்கை தன்னிடம் தையலைக் கற்றுக் கொள்வதில்லை என்று குறை கூறிக் கொண்டிருந்த அம்மா, அதற்குப் பிறகு நிம்மதியடைந்து தங்கையைத் திட்டுவதை விட்டு விட்டாள். நான் மேலே குறிப்பிட்ட நேர்த்தியற்ற, சுருக்கங்களுடன் கூடிய அந்த ரேந்தை வைத்துத் தைக்கப்படாத இன்னொரு கவுணை அஞ்சலி எனது தங்கைக்குத் தைத்துக் கொடுத்திருந்தாள். அவளிடமிருந்த மூன்று நான்கு கவுண்களுக்கு ஏற்கனவே அத்தை தைத்துக் கொடுத்த ரேந்தைகளை வைத்துத் தைத்திருந்ததாலும் வேறு ஆடைகள் அவளிடம் இல்லாதபடியாலுமே புதிய ரேந்தையை உள்பாவாடையில் வைத்துத் தைத்ததாக அஞ்சலி என்னிடம் பிறகு சொன்னாள்.

அஞ்சலிகாவின் உள்பாவாடை ரேந்தையைப் பற்றி ஒருவேளை நீங்கள் வேறொரு சம்பவத்தை எதிர்பார்த்திருந்தீர்கள் என்றால் நான் எனது மனமார்ந்த வருத்தத்தைத் தெரிவித்துக் கொள்கிறேன்.

ஐந்து

மீண்டும் நான் தொடக்கத்தில் சொல்லிக் கொண்டிருந்த எனது கதைக்கு வருகிறேன். எனது கதையை இன்னும் வாசித்துக் கொண்டிருப்பதையிட்டு நான் மனப்பூர்வமாக உங்களுக்கு நன்றி தெரிவிக்கிறேன்.

முன்பெல்லாம் கதைகளைக் கேட்பதற்கு ஆட்கள் இருந்ததால்தான் ஆட்கள் கதைகளைச் சொன்னார்கள். பிறகு கதைகளை வாசிக்க ஆட்கள் இருந்ததால்தான் அவற்றை எழுதத் தொடங்கினார்கள். காலம் போகப் போக கதைகளைப் பார்த்து ரசிக்க ஆட்கள் இருந்ததால்தான் கதைகளை நடித்துக் காட்டினார்கள். இவ்வாறு எல்லோருமே அடுத்தவர்களின் கதைகளைத் தெரிந்து கொள்வதில் விந்தையானதொரு பேராவலைக் காட்டுகிறார்கள். அதுவொன்றும் பாதகமில்லை. நான் உங்களைக் கிண்டல் செய்யவோ, குறை கூறவோ இல்லை. அடுத்தவருடைய கதையின் மீது கவனத்தைச் செலுத்துவதுதான் எமக்கு எம்முடைய கதைகளை மறக்கச் செய்யக் கூடிய இலகுவான வழியென்றாலும் அவர்களுடைய கதைகளில் எமது கதையைச் சந்திக்க நேர்வது பெரிய துயரம். எனினும் பெரும்பாலும் இந்தக் கதையில் உங்களுக்கு அந்தத் துரதிஷ்டம் நேராது.

யாருமே வாசிக்க மாட்டார்கள் என்று தெரிந்தால் எவருமே எழுத மாட்டார்கள். வாசிப்பதனால்தான் எழுதுகிறார்கள். அதே நேரம் எவருமே வாசிக்க வாய்ப்பில்லை என்று ஊகித்துக் கொண்டு எழுதுபவர்களும் இருக்கிறார்கள். (ஒருவேளை ஆட்கள் நாட்குறிப்புகளை டயரியில் எழுதுவது யாரும் வாசிப்பதற்காக அல்ல என்றும் அது தவிப்புகளை வெளிப்படுத்துவதற்காக மாத்திரமே எழுதப்படுகிறது என்றும் உங்களுக்குத் தோன்றுமானால், அவ்வாறு அது எவரும் வாசிக்காதிருக்க எழுதப்படுவது என்பதே பச்சைப்

பொய் என்று நான் கூறுகிறேன்.) எவரும் வாசிப்பதையோ, வாசிக்காமல் விடுவதைப் பற்றியோ கிஞ்சித்தும் அலட்டிக் கொள்ளாமல் தன்பாட்டுக்கு, சொல்லவே வேண்டும் என்பதால் எழுதுபவர்களும் மிகவும் அபூர்வமாக இருக்கவே செய்கிறார்கள். அதனால்தான் சொல்கிறேன். எழுதுவது வாசிப்பதனால்தான் என்ற பொதுவான முடிவுக்கு வருவது படுமுட்டாள்தனமாகும்.

நான் ஒரு முட்டாள் என்று இப்போது உங்களுக்குத் தோன்றும். நான் அவ்வாறில்லையென்று உங்களுடன் தர்க்கம் செய்ய வேண்டிய அவசியம் எனக்கில்லை. அது நான் முட்டாள் இல்லை என்பதை நான் அறிந்திருப்பதால்தான் என்று பெருமை பேச வேண்டிய அவசியமும் எனக்கில்லை. நான் ஒரு முட்டாள் என்பதை நானே ஏற்றுக்கொண்டிருக்கிறேன். அதனால்தான் அவ்வாறில்லை என்று உங்களுடன் தர்க்கம் செய்யாமலும் இருக்கின்றேன். ஏன் நானொரு முட்டாள் என்று நீங்கள் கேட்கலாம். ஏனென்றால் கடந்த இரண்டாயிரத்து இருபதாம் ஆண்டு நடந்த பொதுத் தேர்தலில் நான் வழக்கம் போல வாக்களிக்கச் செல்லவில்லை. அதனால் அந்தத் தேர்தலில் ராஜபக்ஷ அரசாங்கம் மூன்றில் இரண்டு வாக்குகளைப் பெற்று வெற்றி பெற மறைமுகமாகப் பங்காற்றியிருக்கிறேன் என்பதைக் கவலையுடன் தெரிவிக்கிறேன்.

ஆறு

யாருடைய தேவைக்காகவோ எனது அம்மாவினால் நயனாநந்த என்று பெயரிடப்பட்ட நயனாநந்தவான என்னுடைய உற்ற தோழனாக ஊராரால் தீர்மானிக்கப்பட்டிருந்தவன், **வஜ்ரசேன**. அவன் வஜிரசேன இல்லை. வஜ்ரசேன. அவன் தன்னுடைய பெயரை வஜ்ஜிரசேன என்றுதான் எழுதி வந்தான். என்றாலும் அவனை வஜிரசேன என்றோ வஜிர என்றோதான் எல்லோரும் அழைத்தார்கள். அவனது பிறப்புச் சான்றிதழில் உள்ள வஜ்ரசேன என்ற பெயர்தான் அவனுக்கு மிகவும் பிடித்திருந்தது. ஆனால் யாருமே அவனை அந்தப் பெயர் கொண்டு அழைத்ததில்லை. ஏனையவர்களை விட்டு விடுவோம். பாடசாலைக் காலத்தில் அவனுடைய வகுப்பாசிரியர்கள் அனைவருமே மாணவர் பெயர்ப் பட்டியலில் அவனது பெயரை எழுதியதுவும், அழைத்ததுவும் வஜிரசேன என்றுதான்.

இருந்தாலும், வஜ்ரவுக்கு தனது பெயரை சரியாகக் கூப்பிடும் ஒரு மகிழ்ச்சிகரமான சந்தர்ப்பம் பாடசாலைக் காலம் முடிந்ததும் கிடைத்தது. அது, ஏதோவொரு தேர்தல் தினம். (வீட்டின் வாக்காளர் படிவத்தை அவனே நிரப்பி அனுப்புவதால்) வாக்காளர் பெயர்ப் பட்டியலில் வஜ்ரவின் பெயர் மிகச் சரியாக எழுதப்பட்டிருந்ததோடு, வாக்களிக்கப் போயிருந்த சமயத்தில் அந்தப் பெயர் மிகச் சரியாக உச்சரிக்கப்பட்டு அவன் சத்தமாக அழைக்கப்பட்டான். ஆகவே அன்று தொடக்கம், வஜ்ர எனப்படுபவன் இந்த நாட்டில் நடைபெறும் எந்தவொரு தேர்தலிலும் உற்சாகத்தோடு வாக்களிக்கும் ஒரு அபிமானத்துக்குரிய வாக்காளன் ஆனான்.

அரசியல்வாதிகள் எதிர்பார்க்கும் விதத்தில் வஜ்ர தனது பெறுமதியானதோ, பெறுமதியற்றதோ - அந்த வாக்கை காலையிலேயே போய் அளித்து தனது கடமையை

நிறைவேற்றும் ஓர் ஒழுங்கான குடிமகன். ஆனால் அவன் எல்லாத் தேர்தல்களின் போதும் தனது வாக்கையும், விருப்பு வாக்கையும் ஏதேனும் இரண்டு இலக்கங்களைக் கொண்ட ஒரு சுயாதீன கட்சிக்கும், கனவில் கூட பெயர் கேள்விப்பட்டிராத, வேட்பாளர் பட்டியலில் கடைசியாக இருக்கும் யாரோ ஒரு வேட்பாளருக்கும் அளித்துவிட்டு வருவான். பிறகு பத்திரிகைகளில் வெளியிடப்படும் தேர்தல் முடிவுகளில் பிற பிரபல வேட்பாளர்களின் மொத்த வாக்குகளுக்குள் இலட்சக்கணக்கான, ஆயிரக்கணக்கான வாக்காளர்களின் வாக்குகள் ஒளிந்திருக்கையில், அவன் வாக்களித்த சுயாதீனக் கட்சியும், வேட்பாளரும் பெற்றுக் கொண்டுள்ள ஓரிரு வாக்குகளுக்குள் தன்னுடைய வாக்குகள் தனித்துத் தெரிவதைப் பார்த்து மகிழ்வான்.

வஜ்ர என்னுடைய உற்ற தோழன் என்று ஊரார் தீர்மானித்திருந்த போதிலும் நான் அப்படியொரு தீர்மானத்துக்கு ஒருபோதும் வரவில்லை. வர எதிர்பார்த்திருக்கவும் இல்லை. நானும், அவனும் எப்போதும் ஒன்றாக சுற்றித் திரிவதாலேயே அவன் எனது உற்ற தோழன் என்று ஊரார் எண்ணியிருந்தார்கள். உண்மையில் நான் எனது உற்ற தோழனுடன் அடிக்கடி ஒன்றாகச் சுற்றித் திரிந்ததேயில்லை. அவனை மிகவும் அபூர்வமாகத்தான் நான் சந்தித்தேன். ஆனால் வஜ்ரவை அடிக்கடி சந்திக்க நேர்ந்தது. ஒருவேளை எனது உற்ற தோழனையும் அடிக்கடி எனக்கு சந்திக்க நேர்ந்திருந்தால் அவனும் கூட எனக்கு உற்ற தோழனாக இல்லாதிருந்திருக்கவே வாய்ப்பிருக்கிறது. உற்ற தோழன் என்பது ஒருவனுக்கு மிகப் பிடித்த தோழனை அல்ல. அவையிரண்டையும் குழப்பிக் கொள்ள வேண்டாம்.

எனது பெயரை உங்களுக்கு அறிமுகப்படுத்திய பின்னர் என்னுடைய பிறப்பைப் பற்றி உங்களுக்குச் சொல்லும்போது வஜ்ரவால் கூறப்பட்ட விடயமொன்றைக் கூறினால் – அதை, அதாவது எனது பிறப்பை இலகுவாக உங்களால் புரிந்துகொள்ள முடியும் என்பதால்தான் நான் உங்களுக்கு வஜ்ரவை அறிமுகப்படுத்தியிருக்கிறேன்.

வஜ்ர கூறும் விதத்தில், எனது தோற்றம், 'கோப்பிக் கடை' சிங்களத் தொலைக்காட்சி நாடகத்தில் வரும் கதாநாயக நடிகன் கஜனை ஒத்திருக்கிறது. எனது அப்பாவின் தோற்றமோ அதே 'கோப்பிக்கடை' சிங்களத் தொலைக்காட்சி நாடகத்தில் வரும் வில்லனான வட்டிக்கார முதலாளியை ஒத்திருக்கிறது. எனது ஒரு மயிர் கூட அப்பாவின் தோற்றத்தோடு ஒத்துப் போகவேயில்லை. அது ஏன் என்று அறிந்தவர்கள் எனது அம்மாவும் இன்னுமோர் ஆளும் மாத்திரம்தான் என்று வஜ்ர சொன்னான். (எனினும் அந்த இரகசியத்தை எனது அப்பாவும், பெரியம்மாவும், மாமாவும் கூட அறிந்திருந்தார்கள். பின்னொரு காலத்தில் நானும் அதை அறிந்து கொண்டேன். அதற்குப் பிறகு மொத்த ஊருமே அதை அறிந்து கொண்டது. அப்போது தனது கருத்து உறுதிப்படுத்தப்பட்டு விட்டதனாலும், தனது கருத்தை உறுதிப்படுத்திக் கொள்ள முடிந்தமையாலும் வஜ்ர அளவிலாத மகிழ்ச்சியடைந்தான் என்பதுவும் விளங்கியது. 'பார்த்தியா அவரும் நீயும்தான் கஜன் மாதிரி இருக்கீங்க' என்றான்.)

நான் அப்பாவைப் போல இல்லை என்றும், அவர் நாடகத்தில் வரும் வட்டிக்கார முதலாளியைப் போல இருக்கிறார் என்றும், நானோ கஜனைப் போல இருக்கிறேன் என்றும் வஜ்ர அடிக்கடி சொல்லி எனது கோபத்தைக் கிளறினான். உண்மையில் அப்பாவை என்னுடைய அப்பா இல்லை என்று சொல்வதற்கில்லை. அவர் யாராக இருந்தாலும் அது எனக்குரிய விடயமாக எனக்குத் தோன்றுவதில்லை. அவர் என்னிடம் காட்டிய பேரன்பு அல்லது சீடீஸி ஈகள் காப்புறுதி விளம்பரத்தில் காட்டுவதைப் போல மாபெரும் பாதுகாப்பு – இந்த இரண்டுமே எனது பிறப்புக்குக் காரணமான அந்த இன்னோர் மனிதரிடம் இருக்குமென்று கற்பனை பண்ணிப் பார்ப்பது கூட எனக்கு சிரிப்பை வரவழைக்கிறது. அந்த சமரதுங்கவிடம் அப்படி ஏதேனும் கொஞ்சமாவது இருந்திருந்தால் பனங்கல ஆரச்சிகே சுமனாவதிக்கு மாம்பிஞ்சுகளைச் சாப்பிட ஒருநாளும் நேர்ந்திருக்காது.

நான் அவதானித்தவரை, வஜ்ர யாருடைய தோற்றத்தை விபரிப்பதென்றாலும் 'கோப்பிக் கடை' நாடகத்தில் தோன்றும் எவரேனும் ஒரு நடிகரோடுதான் ஒப்பிடுவான். அவனுடைய எல்லா உதாரணங்களும் 'கோப்பிக் கடை' நாடகத்தில் மாத்திரம்தான் இருந்தார்கள். பாடசாலையில் எட்டாம், ஒன்பதாம் வகுப்புகளைத் தாண்டிய பிறகு வஜ்ர கோப்பிக் கடை நாடகத்தைப் பார்க்கவேயில்லை. அவன் காணும் எல்லா மனிதர்களும் கோப்பிக் கடை நாடகத்தில் வரும் எவரையாவது ஒத்திருப்பதால், நாங்கள் சந்திக்கும் மனிதர்களின் தோற்றங்களை அந்த நாடகத்தின் கதாபாத்திரங்களின் எண்ணிக்கைக்குள் அடக்கிவிட முடியும். இன்னொரு விதத்தில் சொன்னால் அது ராசி பலனுக்கேற்ப குணவியல்புகளை வரையறுப்பதைப் போன்றது. அங்கே உலகத்திலுள்ள அனைத்து மனிதர்களும் வெறும் பன்னிரண்டு ராசிகளுக்குள் அடங்கி விடுவார்கள். அது கிட்டத்தட்ட நாங்கள் அனைவரும் நான்கு இரத்தப் பிரிவுகளுக்குள் அடங்கி விடுவதைப் போன்றது.

வஜ்ரவின் கூற்றுப்படி எனது தோலினதும் கண்மணிகளினதும் நிறத்தினாலும், எனது உயரத்தினாலும், எனது உடற்தோற்றம் காரணமாகவும், எனது தலைமயிரினாலும்தான் நான் கஜனைப் போல இருக்கிறேன். எனது தோற்றத்தில் உயரத்தில் மாத்திரம்தான் அம்மாவின் பங்கு இருந்தது. அப்பா குட்டையானவராகவும், பருமனானவருமாக இருந்தார். அம்மா உயர்ந்து மெலிந்திருந்தாள். நானும் மெலிந்து உயரமாக வளர்ந்திருந்தேன். சரி. போதும். இனி நான் எனது பிறப்பைப் பற்றி தொடக்கத்திலிருந்தே உங்களிடம் கூறவிழைகிறேன்.

ஒன்று

காலா காலமாக முற்பிறவி, கடந்த பிறவி, இந்தப் பிறவி என்று பண்டைய ஜாதகக் கதைகளைக் கேட்டுக் கேட்டு வளர்ந்த பரம்பரை ஜீனைக் கொண்டிருக்கும் உங்களிடம் இந்தக் கதையைச் சொல்வது அவ்வளவு கடினமான காரியமில்லை என்பதில் எனக்கு நம்பிக்கை இருக்கிறது. அதே ஜீனையே கொண்டிருக்கும் எனக்கும் இதை எழுதுவது எந்தக் களைப்பையும் தரப் போவதில்லை.

இதை எழுதும்போது எனக்கு ஏற்படுவதைப் போலவே, இதை வாசிக்கும்போது உங்களுக்கும் கழிவறைக்குச் செல்லவோ, பணம் சம்பாதிக்கப் போகவோ, உண்ண, குடிக்க, குளிக்க, துணி கழுவ, கூட்டிப் பெருக்க, கணவனின், மனைவியின் அல்லது காதலனின், காதலியின் தேவைகளை நிறைவேற்றவோ எழுந்து செல்ல நேரலாம். பிள்ளைகள் வழுக்கி விழுந்தார்களா, முழங்காலில் தோல் உரிந்துள்ளதா என்று தேடிப் பார்க்கவோ, அல்லது தொலைபேசி அழைப்புக்குப் பதிலளிக்கவோ - இப்படி பலவற்றுக்கும் எழுந்து செல்ல நேர்வதுதான் சிக்கலாக இருக்கக் கூடும். இந்தப் பட்டியலில் ஒரு சில எனக்கு நேராதிருப்பதைக் குறித்து நான் மகிழ்ச்சியடைகிறேன். நல்லவேளையாக பீடி புகைக்கும்போது எழுதுவதையும், வாசிப்பதையும் நிறுத்த வேண்டியதில்லை. அதுவொரு வரப்பிரசாதம்தான். சிலவேளை நீங்களும் என்னைப் போலவே கோல்ட்லீஃப் சிகரெட்டிலிருந்து கேப்டன் சிகரெட்டுக்குத் தாவி, அதிலிருந்து பீடிக்குப் பின்வாங்கியிருந்தால், உங்களை எனது உண்மையான சகாவாகக் கருதிக் கொண்டு இதனை நான் மிகுந்த உற்சாகத்தோடு எழுதிச் செல்கிறேன்.

நீங்கள் அப்படியில்லை என்றாலும் பரவாயில்லை. இதை வாசிக்கும்போது உங்களுடைய நாடி நரம்புகள் துடிக்கும் என்பதில் எனக்கு நம்பிக்கையிருக்கிறது.

நாங்கள் வம்பளக்கிற போது ஊக்குவிப்பவர்கள் மிகவும் அபூர்வமாகவே இருப்பார்கள். நீங்கள் அபூர்வமானவர் எனில் அபூர்வமானவை பெறுமதியானவை என்பதை மனதில் இருத்துங்கள். அதற்காக உங்களை நீங்களே ரசியுங்கள்.

வாசித்து நிறுத்திய இடத்தை ஞாபகம் வைத்துக் கொள்ள வேண்டிய அளவுக்கு உத்வேகத்தைத் தூண்டக் கூடிய சம்பவங்கள் இந்த நிகழ்வுகளில் காணப்படாததாலும், நீங்கள் கடந்து செல்ல வேண்டியுள்ள உங்கள் வாழ்க்கைக் களியாட்டத்தின் கட்டங்களை யோசிக்க வேண்டியுள்ளதாலும் நான் எனது எழுத்துக்களை இழுக்காமல் விரைவாகக் கூறி முடிப்பதாக தடுமாற்றமேதுமின்றி உங்களிடம் உறுதியளிக்கிறேன். ஆகவே, மீண்டும் ஒரு தடவை உங்கள் வசதிக்காக நான் இதுவரை கூறியுள்ள கதையின் மிகவும் முக்கியமான பகுதிகளில் சிலவற்றை ஞாபகப்படுத்துகிறேன்.

எமது கிராமத்து ஆலமரத்தில் ஒரு பட்டை கூட இப்போது மீதமில்லை. எனது மாமாவின் புல்லாங்குழல் கீதமானது, வெகுகாலத்திற்கு உயிர்த்தெழாத விதத்தில் ஊராரால் தற்காலிகமாகப் படுகொலை செய்யப்பட்டுள்ளது. சாராயத்தைக் குடித்து விட்டு ஆலமரத்திலிருந்து கவிதைகள் பாடிய பெரியம்மா அந்த மரத்திலேயே அகப்பட்டு செத்துப் போனாள். அல்லது ஆலமரத்தினால் முதன்முறையாகவும், கிராமத்தவர்களால் இரண்டாம் தடவையாகவும் அவள் படுகொலை செய்யப்பட்டாள்.

என்னோடு எப்போதுமே கூடத் திரிகிற, ஊராரின் கூற்றுப்படி எனது உற்ற தோழனான வஜ்ர, மூன்று முறை ஒவ்வொருத்தியாக மூன்று பெண்களைப் பகிரங்கமாகத் தன்னுடன் அழைத்து வந்து குடும்பம் நடத்தியவன்.

எனக்கு ஒரு தங்கை இருக்கிறாள். அவள் உறுதியாகவே எனது அப்பாவுக்கும் அம்மாவுக்கும் பிறந்த மகள். ஊரில் அரசல் புரசலாகவும், வஜ்ர பகிரங்கமாகவும், உறுதியாகவும் சொல்வதைப் போல எனது அப்பா எனது தந்தையல்ல

என்பது உண்மையே. ஆனால் அம்மா, அப்பாவைத்தான் முதல் முறையாகத் திருமணம் செய்திருந்தாள்.

எனது தங்கையிடம் எனக்கு அளவு கடந்த அன்பு தோன்றுகிறது. அவள் என்னிடம் மாத்திரம் அன்பாகக் கதைப்பதாலேயோ, மற்றவர்களிடம் எந்தக் கணத்திலும் சண்டைக்குப் போகத் தயாராக இருப்பதாலேயோ அப்படி அன்பு தோன்றுவதாக நீங்கள் நினைக்கக் கூடாது. மிகவும் எளிமையாகச் சொன்னால் அவள் நேருக்கு நேரானவள். எதையும் தைரியமாக எதிர்கொள்பவள். தனித்தனியாக எவரைக் குறித்தும் வருந்த மாட்டாள். அவர்கள் ஒவ்வொருவரையும் நேருக்கு நேராகத் திட்டுவாள். ஆனால் பொதுவாக அவர்களைக் குறித்து வருந்துவாள்.

ஆனால் எனது அத்தையின் மகள் அஞ்சலிகாவோ ஒவ்வொருவரைப் பற்றியும் தனித்தனியாக வருந்துவாள். அவளுக்கு எல்லோரைப் பற்றியும் அனுதாபத்துடன் கூடிய ஓர் உணர்வு இருந்தது.

ப்ரியம்வதா, நான் காதலித்த மூன்று பெண்களிலுமே, எனக்கு மிகவும் பிடித்த பெண். மேலும் முதலாவது பெண். முந்தைய பந்திகளில் அவளைச் சந்தித்தமை உங்களுக்கு நினைவிருக்கலாம். ஆனால், நான் திருமணம் செய்தது அவளையல்ல, அஞ்சலிகாவைத்தான் என்று கூறினால் நீங்கள் வியப்படையக் கூடும். ஆமாம். நான் அவளைத்தான் திருமணம் முடித்தேன். வேறு விதமாகச் சொன்னால் நாங்களே கல்யாணம் செய்து கொண்டோம்.

நீங்கள் பதற்றப்படத் தேவையில்லை. கடைசியில் கூற வேண்டியதை முதலிலேயே கூறி விட்டதால் இந்தக் கதையின் சுவாரஸ்யம் குறைந்து விட்டதாக உங்களுக்குத் தோன்றுமாயின், மன்னிக்கவும், கடைசியில் நடப்பது அதுவல்ல. உண்மையில் கடைசியில் நடக்கப் போவது என்னவென்று எனக்கே கூடத் தெரியாது. ஏனென்றால் நான் இன்னும் உயிருடன்தான் இருக்கிறேன். ஒருவேளை எனது அந்திம காலத்தில் எனக்கு நடந்ததை, நான் இறந்த பிறகு

நீங்கள் அறிந்து கொள்வதற்காக எனது தங்கை விரும்பினால் அவள் எழுதி வைக்கக் கூடும். ஆனால் அப்போது அதை அறிந்துகொள்ளும் ஆசை உங்களுக்குள் எஞ்சியிருக்காது என்பதை நான் உறுதியாக அறிவேன்.

என்ன நடக்கிறது என்பதை அல்ல, அது எவ்வாறு நடக்கிறது என்பதை அறிந்து கொள்ளத்தான் பலரும் ஆர்வப்படுவதாக நான் கேள்விப்பட்டிருக்கிறேன். ஆகவே, இதைத் தொடர்ந்து வாசிப்பதற்கு உங்களுக்கிருந்த ஆர்வம் என்னால் குன்றியிருக்காது என்று கருதி தொடர்ந்தும் எழுதுகிறேன்.

ஒன்று

எனது அம்மாவின் பெயர் **பனங்கல ஆரச்சிகே சுமனாவதி**. முற்றிலுமாக தீய குணங்களைக் கொண்டிருக்கும் மோசமான பெண்ணொருத்தி அவள். அம்மாவை அப்படிச் சொல்வது ஒரு புத்தகத்தில் எழுதக் கூடாத அளவுக்கு பாவமானது என்று நீங்கள் நினைக்காவிட்டாலும் பெரும்பாலானவர்கள் அப்படித்தான் கருதுவார்கள். பெரும்பாலானோரின் கருத்துகளை, அவர்கள் மொட்டுக் கட்சிக்கு மூன்றில் இரண்டு வாக்குகளை அளித்த காரணத்தால் நான் ஒருபோதும் பொருட்படுத்துவதேயில்லை.

அம்மாவால் வெளிப்படையாகவே மோசமானவளாக இருக்க முடிந்தது என்றால், அதை நான் ஏன் வெளிப்படையாகச் சொல்லக் கூடாது என்பது எனக்கு விளங்கவில்லை. உண்மையில் மனித நடவடிக்கைகள் குழப்பத்துக்குரியவை. மனிதர்களிடம் நிச்சயமாக வெவ்வேறு பக்கங்கள் காணப்படுகின்றன. அவர்கள் ஒரே சீரான குணங்களுடையவர்கள் இல்லை. இவ்வாறான காரணங்களால் அம்மாவை மோசமான ஒரு பெண் என்ற இலகுவான தீர்மானத்துக்கு வருவது ஒரு வெற்றிகரமான நாவலுக்குப் பொருந்தாது என்று உங்களுக்குத் தோன்றக் கூடும். எனினும், நான் இங்கு ஒரு வெற்றிகரமான நாவலை எழுதப் பாடுபடாமல் எனது கதையை மிகவும் எளிமையாக உங்களுக்குச் சொல்வதையே செய்து கொண்டிருக்கிறேன். ஆகவே, ஒரு வெற்றிகரமான நாவலுக்கான அளவுகோலைப் பற்றி யோசித்துக் கொண்டிருக்காமல் என்னுடனே கூடவே வாருங்கள்.

இந்தக் கதையிலிருந்து நான் வெளியேறாமல் நானொரு உத்தம புருஷன் என்ற கோணத்திலிருந்து கதையைச் சொல்வேனாயின், எனக்கு நேர்ப் பார்வையில் தெரியும் கதாபாத்திரங்களின் மறைவானதும், சிக்கலானதுமான

பக்கங்களைத் தேடுவது எனக்கு அதிக களைப்பைத் தரும். நான் சொல்லிக் கொண்டு போகும்போது உங்களுக்கு எனது அம்மாவில், எனக்குத் தென்படாத பக்கங்கள் தென்படுமானால் என்னால் உங்கள் கருத்தை ஏற்றுக் கொள்ள முடியும். அதற்காகக் கோபப்பட மாட்டேன் என்பதில் எனக்கு நம்பிக்கை இருக்கிறது. ஏனென்றால், எனக்கு அம்மாவுடனும் எந்தக் கோபமும் கிடையாது. அவளைப் பற்றி நான் உணரும் உண்மைகளைத்தான் கூறிக் கொண்டிருக்கிறேன்.

அம்மா நாள் முழுவதும் யாரையாவது திட்டிக் கொண்டும், புறுபுறுத்துக் கொண்டும்தான் இருப்பாள். அப்பா வீட்டிலிருந்த நேரங்களில் மட்டுமல்ல, இல்லாத நேரங்களிலும் என எல்லா நேரங்களிலும் அம்மா அவரைத் திட்டுவதைத்தான் செய்து கொண்டிருந்தாள். இடையிடையே என் மீதோ, தங்கை மீதோ அவளுடைய சாபம் கலக்கும்போது மட்டும்தான் திட்டுக்களில் மாற்றம் ஏற்படும். எப்போதும் கோபத்தால் முடிச்சிடப்பட்டிருக்கும் புருவங்களே அம்மாவுக்கு இருந்தன. வாய் அவளது முகம் முழுவதையும் அடைத்துக் கொண்டிருப்பதாகவே எனக்குத் தோன்றியது. எவரைக் கண்டாலும் அவள் ஒரு மடை திறந்ததைப் போல முடிவேயில்லாமல் கதைப்பாள். கதைப்பாள். கதைத்துக் கொண்டேயிருப்பாள். எப்போதாவது புன்னகைத்தவாறு அவள் எதையாவது சொன்னாலும் அந்தப் புன்னகை கூட வெறும் முகத் தாட்சண்யத்திற்காகவே என்று எனக்குத் தோன்றும்.

அம்மாவின் அந்தப் புன்னகையானது அஞ்சலியின் புன்னகையைப் போல ஆழ் மனதிலிருந்து உதித்து உதடுகள் வழியே வெளியே சிந்தும் புன்னகை அல்ல. எப்போதாவது அம்மா சிரிப்பாளானால் அதுவும் கூட சத்தமாக தொண்டைக்குழி தெரியுமளவுக்கு வாயைப் பிளந்து மிகவும் அவலட்சணமாகக் கொக்கரித்துச் சிரிப்பாள். மிகவும் அசிங்கமாக கை கால்களை வீசி வீசி நடப்பாள். தங்கையை விடவும் புதிய பாணிகளில் உடையணிவாள். (அவை

ஊராரைப் பொறுத்தவரையில் நவீன நாகரிக உடைகளாக இருந்தன.) அம்மா எல்லா நேரத்திலும் ஆபாசமும், அசிங்கமுமான கதைகளையே பேசிக் கொண்டிருப்பாள். நானும், தங்கையும் ஒருவரிடம் நற்குணங்களாக எவற்றையெல்லாம் காண்கிறோமோ அவையனைத்தும் அம்மாவுக்கு தீய குணங்களாகத் தென்படும். ஒருவரிடம் தீய குணங்களாக எவற்றையெல்லாம் காண்கிறோமோ அவையனைத்தும் அம்மாவுக்கு நற்குணங்களாகத் தென்படும்.

தங்கை எட்டாம் வகுப்பில் படித்த வேளையில் பதின்மூன்றாம் வகுப்பு மாணவனுடன் ஏற்பட்ட காதலால்தான் அவள் அம்மாவின் கட்டுப்பாட்டில் இருந்து மீண்டு கொண்டாள் என்று எனக்குத் தோன்றுகிறது. அந்தக் காதலன் மிகவும் வித்தியாசமான ஒருவன். கிட்டத்தட்ட ஒரு வருட காலம் நீடித்திருந்த அவர்களது காதல், அந்த மாணவன் பல்கலைக்கழகம் போனதும் அறுந்து விட்டது. என்றாலும் தங்கை தொடர்ந்தும் வேற்றுக்கிரக ஜீவியொன்றைப் போலத்தான் எமது குடும்பத்துக்குள் வளர்ந்தாள். நானோ கட்டுப்பாடு ஏதுமின்றி வளர்ந்தாலும், அவள் கடுமையான சுய கட்டுப்பாட்டோடு, அம்மாவின் பிடியிலிருந்து தப்பி வளர்ந்தே பெரியவளானாள்.

மொத்த உலகமும் தனது எண்ணத்துக்கேற்பவே அசைய வேண்டுமென அம்மா கருதினாள். அம்மாவின் மனதை நோகடிக்காமல் மெல்லிய இடைவெளி வழியே நான் வெளியே குதிக்கத் தடுமாறினேன். ஆனால் தங்கையோ அம்மாவுக்கே மயக்கம் வரச் செய்யும் அளவுக்கு வெளிப்படையாகவே முரண்டு பிடித்ததோடு அம்மாவை நேருக்கு நேராக எதிர்கொண்டு அதி தீவிர தாக்குதல்களையும் பிரயோகித்துக் கொண்டிருந்தாள். அவற்றைக் கண்டு கோபமடைந்த நான் எனது நடவடிக்கை குறித்து எனக்கிருந்த தடுமாற்றத்தைத் தவிர்த்துக் கொண்டேன். இருந்தாலும், தங்கையின் உக்கிரத்தின் முன்னிலையில் அம்மாவின் மீது அனுதாபம் செலுத்தத் தொடங்கினேன். அனுதாபம் செலுத்துவதென்றால் அம்மாவின் முன்னிலையில்

அமைதியாக இருப்பதேயல்லாது அவளது செயல்களை அனுமதிப்பதல்ல என்பதை உங்களிடம் நம்பிக்கையோடு குறிப்பிடுகிறேன்.

எனது அம்மா வாயாடியாக, சிங்காரியாக, கடுமையான, மோசமான பெண்ணாக இருப்பதற்கு ஏதேனும் பொதுவான காரணங்கள் இருக்கலாம் என உங்களுக்குத் தோன்றலாம். அம்மாவை வாயாடியாக, சிங்காரியாக, கடுமையான, மோசமான பெண்ணாகப் பார்க்கும் என்னையும் நீங்கள் முட்டாள் என்று கருதக் கூடும். அது நீங்கள் என்னை விடவும் சமநிலையான மனதோடு மனிதர்களின் சங்கடங்களைப் பார்க்கப் பழகியிருப்பதாலோ, நீங்கள் என்னை விடவும் நவீனமானவர் என்பதாலோ, பரந்த மனப்பான்மை உடையவரென்பதாலோ இருக்கலாம். நான் இவ்வாறு கூறுவது வஞ்சப் புகழ்ச்சியோ கிண்டலோ அல்ல. நானும் கூட எவரையும் அவ்வாறு பார்க்க முயற்சித்த போதிலும் அம்மாவை அவ்வாறு பார்க்கப் பழகவில்லை. என்பதையும், அதை முயற்சி செய்து கூட பார்க்கவில்லை என்பதையும் வருத்தத்துடன் நேர்மையாகவே தெரிவிக்கிறேன். அஞ்சலியிடம் போலவே எனக்கு உங்களிடமும் எதையும் மறைத்து வைக்க வேண்டிய அவசியமில்லை. இந்தக் கதையில் சில விடயங்களை நான் உங்களிடம் கூறாதிருப்பது அவை எனக்கு முக்கியமற்றவை என்பதனாலேயேயன்றி மறைத்து வைக்க வேண்டும் என்பதற்காகவல்ல.

ஆகவே, அம்மா அவ்வாறிருப்பதற்கு ஏதேனும் காரணங்கள் இருக்கலாம் என்றால் அதில் முதன்மையானது மெட்டில்டா மற்றும் மெட்டில்டாவின் ஜீன் என்பதை நான் ஒருமனதாகக் கூறுகிறேன்.

இரண்டு

மெட்டில்டா, எனது அம்மாவின் அம்மா. அதாவது எனது பாட்டி. கொழும்பு பம்பலப்பிட்டியவில் பிறந்து வளர்ந்தவள். மெட்டில்டா இரவிரவாக கிளப்களுக்குச் சுற்றித் திரிந்ததையும், அவளோடு குடித்து விட்டு ஆட்டம் போட்டவர்கள் விடிந்த பிறகே அவளை வீட்டில் கொண்டு வந்து விட்டதையும், தள்ளாடித் தள்ளாடி வரும் மெட்டில்டா தாத்தாவை கடும் தூஷணத்தால் திட்டும் விதத்தையும், தாத்தா எதுவும் பேசாமல் அறைக்குள் முடங்கிக் கொண்டு சுருட்டுக் குழாயைப் புகைத்தவாறே புரட்டப்பட்டிருக்கும் புத்தகத்தின் பக்கங்களைப் பார்த்துக் கொண்டிருப்பதையும் மாமா, அப்பாவிடம் விபரிப்பது எனது காதில் விழுந்திருக்கிறது. தாத்தா எவ்வளவுதான் பெரிய படைப்பாளியாக இருந்த போதிலும் எனது அம்மாவையோ, பெரியம்மாவையோ, மாமாவையோ படிக்க வைக்க எவ்வித முயற்சியையும் எடுக்கவில்லை. அம்மா, தாத்தாவின் புத்தகங்களை ஆசையோடு தடவிப் பார்த்த போதெல்லாம் அம்மாவை அறையிலிருந்து வெளியே துரத்தி விட்டு கதவை மூடிக் கொள்வாராம். மெட்டில்டாவிடமிருந்து தப்பிக்கும் முயற்சியை மாத்திரம் மேற்கொண்டவாறு அவர் வாழ்ந்திருக்கிறார்.

'படிப்பிக்கிறத விட்டு அதுங்க ரெண்டும் எங்களுக்கு ஒழுங்கா சாப்பாடு கூட போடல. ஒவ்வொருத்தரும் அன்பளிப்பாக் கொடுக்குற மேக்கப் சாமான்கள் பாதி தீரும் போதே அம்மா எங்களுக்குத் தந்துடுவார். அதுவும் அவவுக்கு இன்னுமின்னும் புதுசா கிடைச்சதாலதான்' என்று ஒரு நாள் அம்மா, அப்பாவிடம் கூறியது எனதும் தங்கையினதும் காதுகளிலும் விழுந்தது. இல்லாவிட்டால், எனக்கும், தங்கைக்கும் கேட்கட்டும் என்றே அம்மா, அப்பாவிடம் கூறிக் கொண்டிருந்தாள்.

ஆனாலும் அது அம்மாவின் மோசமான செயற்பாடுகளுக்கான காரணங்களில் ஒன்றாக எனக்குத் தோன்றவில்லை.

நான் பிறந்த காலத்தில் மெட்டில்டா மட்டுமே உயிருடன் இருந்தாள். தாத்தா காலமாகியிருந்தார். அம்மா தனது இளமைப் பருவத்தில் பம்பலப்பிட்டியவில் மெட்டில்டாவின் வீட்டில்தான் வளர்ந்தாள். அம்மா திருமணம் முடித்ததுவும், ஏறத்தாழ எனது முதல் ஐந்து வருட காலங்கள் கழிந்ததுவும் பம்பலப்பிட்டியவில் அந்த பரம்பரை வீட்டில்தான் நடந்தது. நான் பிறந்து நான்கு ஆண்டுகள் கழித்தே தங்கையை பிரசவித்தாள் அம்மா.

மெட்டில்டா மிகவும் பத்திரமாகப் பாதுகாத்து வைத்திருந்த அவளது இளமைக் கால புகைப்பட ஆல்பத்தை நானும், தங்கையும் சிறு வயதில் மிகுந்த ஆவலுடன் திரும்பத் திரும்ப பார்த்து ரசித்தோம். மெட்டில்டாவின் ஆல்பம் எங்களுக்கு படக் கதைப் புத்தகமாக இருந்தது. அவளது புகைப்படங்கள் அளவுக்கு சிறுவர்களான எங்களைப் பூரிக்கச் செய்த நடிகர், நடிகைகளின் புகைப்படங்கள் கூட இல்லை என்றே தோன்றுகிறது. அவள் சாகும் வரைக்கும் அவளது உடலில் பச்சை குத்தியிருந்த தடம் இருந்தது எனக்கு இப்போதும் நினைவிருக்கிறது. அவள் சாகும் வரை ஒவ்வொரு நாளும் அந்தி வேளைகளில் பெரிய கண்ணாடிக் குவளையில் சாராயம் குடிப்பதைச் செய்து வந்தாள். மெட்டில்டாவின் மூத்த மகள், அதாவது (ஆலமரத்தில் அகப்பட்டு மரித்துப் போன) எனது பெரியம்மா அன்றாடம் வயிறு முட்டக் குடித்து விட்டு வீட்டுக்கு வருவதைக் குறித்து மெட்டில்டா எந்த எதிர்ப்பையும் தெரிவிக்கவில்லை என அம்மா கோபத்தோடு நினைவுகூறுவாள்.

மெட்டில்டாவின் புகைப்படங்களில் அவள் பல்வேறு விதமான ஆடைகளை உடுத்தியிருந்தாள். அதிகமானவை சேலைகள். அந்தக் கருப்பு வெள்ளைப் புகைப்படங்களில் அவளது சேலைகளிலிருந்த மனங்கவரத்தக்க அலங்காரங்கள் தனித்துத் தெரிந்தன. அவை பெறுமதியான தேர்வுகளாக இருந்தன. உச்சியில் கொண்டை கட்டியிருந்தாள். காதருகே

இருந்தபடி கன்னத்தைத் தொட்டுக் கொண்டிருக்கும் கூந்தல் கற்றைகள் செங்காந்தள் இலைகளைப் போல சுருண்டிருந்தன. மிகவும் உயர் தரத்தில் முகத்தில் சாயம் பூசப்பட்டிருந்தது. கேமராக் கூச்சமற்ற இந்திய விளம்பர அழகியொருத்தியைப் போல பல்வேறு விதமான அசைவுகளோடு அவள் கேமராவுக்கு முகம் கொடுத்திருந்தாள். சிலவற்றில் கேமராவுக்கு முதுகைக் காட்டியிருந்தாள். சிலவற்றில் பல்வேறு திசைகளுக்கும் முகத்தைத் திருப்பி அழகாக எங்கோ பார்த்துக் கொண்டிருந்தாள்.

எனது தங்கை பதின்மூன்றாம் வகுப்பு மாணவனுடன் காதலில் விழும்வரைக்கும் மெட்டில்டாவின் புகைப்படங்களைப் பார்த்து அவளது உருவத்தை ஓவியமாக வரைவதுதான் அவளுக்குப் பிடித்த பொழுதுபோக்காக இருந்தது. (மெட்டில்டாவின் புகைப்படங்களைப் பார்த்து தங்கையால் வரையப்பட்ட ஓவியங்களிடையே எனக்குப் பிடித்த ஓவியத்தை நீங்கள் பார்க்கவென இந்த நூலின் இறுதிப் பக்கங்களில் தந்திருக்கிறேன்.) பத்திரிகைகளில் வெளியான பீடி விளம்பரம் ஒன்றிலும், இரண்டு திரைப்படங்களிலும் மெட்டில்டா தோன்றியிருந்ததாக பெரியம்மா மிகுந்த பரவசத்தோடு எம்மிடம் கூறியிருக்கிறாள்.

'அதெல்லாம் ஏதோ சின்னச் சின்ன காட்சிகள்.'

'சின்னக் காட்சின்னாலும் அந்தக் காலத்துல அந்த மாதிரியான வாய்ப்புகள் லேசுல கிடைச்சிடாது தங்கச்சி.'

'அவ போட்ட ஆட்டத்துக்கேத்த மாதிரி வாய்ப்புகள் கிடைச்சிருக்கும்.'

'உன்னோட பல்ல உடைக்கப் போறேன் பார்த்துக்கோ. அம்மாவாலதான் நமக்கு நல்லா உடுக்க, சாப்பிடக் கிடைச்சது.'

‘எங்க உடை பார்ப்போம். பேருக்குத்தான் அம்மா. உனக்கோ, எனக்கோ, அண்ணாவுக்கோ என்ன நடக்குதுன்னு கொஞ்சமாவது கண்ணத் தொறந்து பார்த்தாளா?’

‘நீ நடத்தை கெட்டுப் போனதுக்கு அம்மா பழியோ?’

‘பழிதானடி நாயே.’

அம்மாவும், பெரியம்மாவும் நேருக்கு நேராக சந்தித்துக் கொண்ட போதெல்லாம் இப்படித்தான் எப்போதும் மோதிக் கொண்டார்கள்.

மெட்டில்டா மரித்துப் போகும் வரைக்கும் சாராயம் குடித்து வந்தாள். நடந்து செல்ல முடியுமான காலம் முழுவதும் பல்வேறு அலங்காரங்களை சூடிக் கொண்டு அவளது சிநேகிதர்களின் வீடு வீடாக அலைந்து திரிந்தாள். செத்துப் போகும் வரைக்கும் உதட்டுச் சாயம் பூசி வந்தாள். புருவங்களை வரைந்து கொண்டாள். கொண்டையை உச்சியில் உருண்டையாக வரும் விதமாக கட்டிக் கொண்டாள். இறக்கும் தருவாயிலும் பல்வேறு அலங்காரங்கள் அச்சிடப்பட்டிருந்த துணியொன்றால் தைக்கப்பட்டிருந்த நவீன பாணியிலான கவுன் ஒன்றை அணிந்திருந்தாள்.

இந்த ஊரில், எனது வீட்டில் வைத்து மெட்டில்டாவின் புகைப்படத்தைக் கண்ணுற்ற வஜ்ர ‘உன்னோட பாட்டி நல்லொரு சரக்குடா’ என்று கூறிய நாளில் வஜ்ரவின் கன்னம் சிவந்து வீங்கிப் போகும் அளவுக்கு தனது கை முஷ்டியை மடக்கி தங்கை விட்ட குத்து அவனை நிலைகுலைய வைத்து தரையில் விழச் செய்தது. அடி வாங்கிய வஜ்ர ‘நான் சொன்னது தவறுதான்’ என்பதைப் போல விழுந்த இடத்திலேயே எதுவும் பேசாமல் வெகுநேரம் அமர்ந்திருந்தான்.

அவ் வேளையில் காட்டு வல்லாரையைப் பறிக்கப் போயிருந்த அம்மா வீட்டுக்குத் திரும்பி வரும்போதும் வஜ்ர தனது வீட்டுக்குப் போகாமல் முற்றத்திலிருந்த கஜூ

மரத்தில் ஆகவும் தாழ்ந்திருந்த கிளையில் அமர்ந்து கொண்டு ஈர்க்கில் ஒன்றால் பற்களைக் குடைந்து கொண்டிருந்தான்.

'என்னடா வஜிரா, உன்னோட முகம் வீங்கியிருக்கு? உனக்கு கன்னத்துக் கட்டி வியாதியோ?'

'இல்ல சுமனா மாமி. சுட்டி என்னை அடிச்சிட்டா.'

'அவள் யாரோடதான் சண்டைக்குப் போகல? இந்தளவு அடிக்கிற அளவுக்கு என்ன நடந்துச்சு?'

'நான் பாட்டியை சரக்குன்னு சொல்லிட்டேன்.'

'இனி, அது என்ன பொய்யா? அதைச் சொன்னதுக்கா நீ இவனைக் கொல்லப் பார்த்தாய் சுட்டி? பைத்தியக்காரி. இவனுக்கு தேத்தண்ணி ஊத்திக் கொடு.'

தங்கை பேய் பிடித்தவளைப் போல வீட்டினுள்ளேயிருந்து முற்றத்துக்கு வந்தாள்.

'அம்மா என்னோட வாயைக் கிளற வேணாம். நீங்களும் மெட்டில்டாவோட மகள்தானே. நீங்களும், பாட்டியும் அந்தக் காலத்துல போட்ட ஆட்டங்களை என்னோட வாயாலயும் கேட்டுக்காதீங்க அம்மா.'

'நான் தேத்தண்ணி ஊத்திட்டு வரேன் வஜிரா. சீனியை உள்ளங்கையில தரட்டுமா?'

இவர்கள்தான் எனது அம்மா, பெரியம்மா, பாட்டி மற்றும் தங்கை.

இது நடக்கும்போது நாங்கள் எமது கிராமத்து வீட்டில் இருந்தோம்.

தங்கை பெரியவளாக ஆக ஆக, சுட்டி எனும் அவளது செல்லப்பெயர் படிப்படியாக மறைந்து போய் அவள் வெறும் நந்தினி ஆனாள். சிறு பராயத்தில் குடும்பத்தவர்களும், உறவினர்களும், அயலவர்களும் ஒருவரைக் கூப்பிடும்

செல்லப் பெயர்கள் அவர் இறக்கும்வரை பயன்படுத்தப்பட்டு வரும் என்ற நிலைமை ஊரிலிருந்தது. என்றாலும், தங்கைக்கு வைக்கப்பட்ட செல்லப் பெயர் மாத்திரம் பாவிக்கப்படாமலே அழிந்து போனது. அல்லது அம்மாவால் அது தயவு தாட்சண்யம் பார்க்கப்படாமல் அவளிடமிருந்து பிடுங்கி அகற்றப்பட்டது. எனினும் ஊரில் செல்லங்களும், சின்னதுகளும், சின்னப்பொண்ணுகளும், குட்டிகளும், சுட்டிகளும் சாகும் வயதிலும் தள்ளாடியவாறு மீதமிருந்தார்கள். தங்கைக்கு அது ஒரு பொருட்டே இல்லை என்பதால் எனக்கும் அது கவலைக்குரிய விடயமாக இருக்கவில்லை.

மூன்று

எனக்கு ஆறு வயதான போது பம்பலப்பிட்டிய பரம்பரை வீட்டிலிருந்து நாங்கள் இந்தக் கிராமத்துக்கு வந்தோம். பாட்டி காலமானதற்குப் பிறகு அம்மா பம்பலப்பிட்டியவில் இருந்த பரம்பரை வீட்டையும், தோட்டத்தையும் விற்றாள். கிடைத்த பணத்தில் கடன்களை அடைத்து முடித்து எஞ்சிய பணத்தையும் எடுத்துக் கொண்டு அம்மா என்னையும், தங்கையையும் கூட்டிக் கொண்டு அப்பாவின் ஊருக்கு வந்து சேர்ந்தாள். எங்களோடு பெரியம்மா, மாமா ஆகியோரும் வந்தார்கள். அம்மாவின் பரம்பரை வீட்டுக்கு அருகாமையிலிருந்த அச்சகம் ஒன்றிலேயே அப்பா வேலை பார்த்து வந்தார். அம்மாவின் வயிற்றில் நான் கருத்தரித்த பிறகு சமரதுங்க தன்னை விட்டு விலகிப் போவதை அவள் உணர்ந்து கொண்டாள். அதன் பிறகே அப்பாவுடனான தொடர்பை ஏற்படுத்திக் கொண்டாள் என்று பெரியம்மா அம்மாவைத் திட்டும்போது (அப்பாவின் காதில் விழுந்து விடாமல் மெதுவாக) முணுமுணுப்பாள்.

நாங்கள் பம்பலப்பிட்டி பரம்பரை வீட்டிலிருந்து இந்த ஊருக்கு வந்த வேளையில் ஊரிலிருந்த அப்பாவின் பரம்பரை வீட்டில் அவரது விதவைத் தங்கையும், அவளது அவலட்சணமான ஒரே மகளான அஞ்சலிகாவும் தங்கியிருந்தார்கள். எமது குடும்பத்துக்கு அந்தப் பரம்பரை வீட்டில் வசிக்க இடமளித்து விட்டு அத்தையும், அஞ்சலியும் அஞ்சலியின் அப்பாவின் வீட்டில் குடியேறினார்கள். அவர்கள் ஒன்றும் வேண்டாவெறுப்போடு அவ்வாறு போகவில்லை.

'அண்ணா வராததால நம்ம வீடு பாழாப் போகுதேன்னுதான் நான் இங்க தங்கியிருந்தேன். இந்த வீடு அண்ணாவோட பேர்லதான் இருக்கு. எனக்கு எந்த உரிமையும் இல்ல. என் வீட்டுக்காரரோட அம்மாவும், அப்பாவும் அங்க

தனியா உடம்பு முடியாம இருக்காங்க. நாங்க அங்க போய் தங்கிக்கிறோம்.'

நாங்கள் இந்த ஊருக்கு வந்த முதல் நாளில் எல்லோர் முன்னிலையிலும் வைத்துதான் அத்தை அவ்வாறு கூறினாள். அத்தை மிகத் தூய்மையானதும், சாந்தமானதுமான புன்னகையொன்றை எமக்கு அளித்து விட்டு, அவர்களது சாமான்களை லொறியொன்றில் ஏற்றிக் கொண்டு பக்கத்து ஊருக்குப் போய் விட்டாள். அன்று அவள் எமக்களித்த புன்னகையை நாங்கள் ஒவ்வொருவரும் திரும்பச் செலுத்தாதிருக்க வேண்டி, ஆளுக்கொன்றாக எம்முடனேயே வைத்துக் கொண்டோம். ஆனால் அம்மாவோ அந்தப் புன்னகையை அத் தருணத்திலேயே தரையில் போட்டு மிதித்தாள்.

'ரொம்ப மோசமான பொம்பளை இவள். யசோதரா மாதிரி தன்னைக் காட்டிக்கத் துடிக்குறா.'

அத்தை போனதுமே அம்மா இவ்வாறுதான் கூறினாள். அன்று எனக்கு அந்த வார்த்தைகளின் அர்த்தம் புரியாவிட்டாலும் கூட அவை மனதில் பதிந்தன. மனதில் பதிந்திருந்த அந்த வார்த்தைகளின் அர்த்தங்கள் காலப் போக்கில் புரிந்தன. அவ்வாறான நிலைமையில் அம்மா யசோதராவாக மாற சோம்பல்பட்டாளோ, அத்தை மிகவும் திறமையான விதத்தில் யசோதராவாக நடித்தாளோ என மனதில் தோன்றிய தடுமாற்றம் மின்னலைப் போல தாக்கித் தாக்கி என்னைத் துன்புறுத்தத் தொடங்கியது. பின்னொரு காலத்தில், அம்மாவின் அந்த வார்த்தைகளால் கிடைத்த உத்வேகத்தின் காரணமாக யசோதராவின் கதை அடங்கிய நூலைத் தேடியெடுத்து வாசித்த பின்னரே அந்த மின்னலின் தாக்கம் குறைவடைந்தது. அந்த நூலை வாசித்த வேளையில் எனக்குத் தோன்றிய கேள்விகளின் ஊடாக அத்தை யசோதராவாக இல்லாதிருந்தமை என்னை ஆற்றுப்படுத்தியது.

புத்தரின் மனைவி பற்றிய 'யசோதராவத' எனும் அந்த நூலை வாசித்த போது எனக்குள் தோன்றிய முக்கியமான கேள்வி

யசோதரா அரச மாளிகைக்குள் அடைபட்டு என்ன செய்து கொண்டிருந்திருப்பாள் என்பதுதான். இளவரசன் சித்தார்த்தன் எப்போதும் அந்தப்புரத்தில் பெண்களுடன் சரசமாடியவாறு காம இன்பத்தில் திளைத்திருந்தான். சமைத்தல், விறகு வெட்டுதல், வீட்டை, முற்றத்தைப் பெருக்குதல், துணி துவைத்தல், பெண்களுக்கான பத்திரிகைகளை வாசித்தல், தொலைக்காட்சி பார்த்தல், பூச்செடிகளை நடுதல், காய்கறி பாத்தியிடல், அயல்வீட்டுப் பெண்களுடன் அளவளாவுதல், சலூனுக்குச் செல்தல், கைபேசியில் உலகத்தை வலம்வருதல் போன்றவற்றை எப்படியும் யசோதரா செய்திருக்க மாட்டாள். அவள் எப்போதும் மாளிகைக்குள் அங்குமிங்குமாக நடந்தவாறும், உறங்கிக் கொண்டும், உப்பரிகையில் நின்று தொலைதூரம் பார்த்திருப்பதையும்தான் செய்திருப்பாள் என்று எனக்குத் தோன்றுகிறது. சித்தார்த்தன் வீட்டிலிருந்தாலும் இல்லாவிட்டாலும் அவளுக்கு விஷேடமாக செய்வதற்கு ஏதும் இருந்திருக்காது. சித்தார்த்தன் வீட்டிலிருந்த நேரத்திலும் தாசிப் பெண்களுடனேயே இருந்த காரணத்தினால் யசோதரா சித்தார்த்தனுக்கு உணவு சமைத்துப் பரிமாறியிருக்கவும் வாய்ப்பில்லை.

யசோதரா, தொடர்ச்சியாக கணவனுடன் சண்டை போட்டுக் கொண்டிருந்த விதத்தை நூலில் வாசித்த பிறகே, ஒருபோதும் அத்தை யசோதராவாக ஆகத் துணிய மாட்டாள் என்ற முழுமையான நம்பிக்கை எனக்கு வந்தது. சித்தார்த்தன் விட்டுச் சென்றதன் பிறகு யசோதரா தனக்குப் பிடித்தவற்றைச் செய்தாள். பட்டாடைகளைத் துறந்து விட்டு எளிமையான ஆடைகளை அணிந்தாள். ஒரு வேளை மாத்திரம் உணவருந்தினாள். புத்தராகி விட்டதாகக் கூறியவாறு கணவன் திரும்பி வந்த வேளையில் அவள் தனது அறையை விட்டும் வெளியே வரவில்லை. ஜீவனாம்சத் தொகை கேள் என மகன் ராகுலனைத் தூண்டி விட்டு புத்தரைக் கேலி செய்யப் போய் அவனையும் இழந்தாள். அத்தையிடம் அவ்வாறான மோசமான குணங்களை நான் காணவில்லை.

அத்தையின் எதற்கும் பதற்றப்படாத குணம் அஞ்சலியிடமும் இருந்தது. உவமித்துக் கூற முடியாத அளவுக்கு மிகவும் அடக்கமான அமைதியான குணம் அவளிடமிருந்தது. அவள் வாயாடியல்ல. அதாவது எனது அம்மாவைப் போன்றவளல்ல. அவள், தனது அம்மாவைப் போன்றவள். அஞ்சலியின் கன்னங்கறுப்பான முகத்திலும் அத்தையின் அதே புன்னகையே மிதக்கும். **அஞ்சலி, நான் உன்னைக் காதலிக்கிறேன்.**

அன்றிரவு, (அதாவது நாங்கள் ஊருக்கு வந்த முதல் நாள் இரவு) சிறுவனான என்னிடம் மேலதிகமாக இருந்த சித்திரக் கொப்பியில் சிறுமியான அஞ்சலியின் முகத்தை நான் வரைந்தேன். அந்த சித்திரக் கொப்பி இப்போதும் என்னிடம் இருக்கிறது.

(அந்த ஓவியத்தின் புகைப்படமொன்று இந்த நூலின் இறுதியில் நீங்கள் பார்ப்பதற்காகத் தரப்பட்டுள்ளது. அச்சுச் செலவு காரணமாக, அனைத்து வர்ணப் புகைப்படங்களையும் மிகுந்த கவலையோடு கருப்பு வெள்ளையில் சிறியதாக அச்சிட நேரிட்டுள்ளது என்பதை தயவுசெய்து கருத்தில் கொள்ளவும்.)

நான்கு

பம்பலப்பிட்டியவிலிருந்த அம்மாவின் பரம்பரை வீட்டை விற்று அம்மாவின் குடும்பத்தினர் பட்டிருந்த கடனையெல்லாம் அடைத்து விட்டு எஞ்சியிருந்த பணத்தில் அப்பா தனது ஊரில் காணியொன்றை வாங்கினார். கால் ஏக்கர் அளவில் ஒரு தென்னந்தோப்பு. அது, அப்பாவுக்கு தனது தந்தை வழி வந்த ஒரு ஏக்கர் தென்னந்தோப்போடு ஒட்டியிருந்த காணி. அந்தக் காணியை அப்பா தனது பெயரிலேயே வாங்கிப் போட்டார். அதில் வந்த வருமானத்தையும் அப்பாவே எடுத்துக் கொண்டார். அந்தக் காணியிலேயே சிறியதொரு வீட்டைக் கட்டி மாமாவையும், பெரியம்மாவையும் அதில் குடியமர்த்தினார். அவர்களது அன்றாடச் செலவுகளுக்கு சிறியதொரு தொகையும் வழங்கினார். பெரியம்மா தோட்டத்தில் பயிர்ச் செய்கையை மேற்கொண்டாள். மாமா அதற்கு உதவி செய்து வந்தார்.

மாலை நேரங்களில் பெரியம்மா பட்டைச் சாராயத்தைக் குடித்து வந்தாள். அவளுக்கு அரக்கு சாராயம் வாங்கப் போக இயலாத அளவுக்கு நகரம் தொலைவில் இருந்தது. அரக்கின் விலையும் தொலைவாகவே இருந்தது. மாமா மாலை நேரங்களில் புல்லாங்குழல் இசைத்து வந்தார். பெரியம்மாவுக்கும், மாமாவின் புல்லாங்குழல் வாசிப்புக்கும் பின்னர் என்ன நேர்ந்தது என்பதை ஏற்கெனவே நீங்கள் அறிந்து கொண்டாயிற்று. அம்மாவின் குடும்பம் எதிர்கொள்ள நேரிட்ட கஷ்டங்களையெல்லாம் அப்பா மிகவும் தந்திரமான முறையில் தனக்கு சாதகமாக பயன்படுத்திக் கொண்டார் என்றே எனக்குத் தோன்றுகிறது.

பம்பலப்பிட்டிய வீட்டில் வசித்த காலத்திலும் மிகவும் குறைவாகவே கதைத்த, பார்த்த இடத்தையே வெறித்துப் பார்த்துக் கொண்டிருந்த மாமா எதற்கும் ஆசைப்படாத கட்டை பிரம்மச்சாரி என்பதனால் அவர் அந்தத் தோட்டத்து

வீட்டில் விருப்பத்தோடுதான் விழுந்து கிடந்தார் என்று எனக்குத் தோன்றுகிறது. ஆனால் பெரியம்மாவைத்தான் என்னால் புரிந்து கொள்ள முடியவில்லை.

அம்மாவும், அப்பாவும் என்பவர்கள் ஏனையவர்களைப் போலவே சாதாரண மனிதர்கள் இருவர் என்பதல்லாமல் சிறப்பானவர்கள் அல்ல என்பதை நான் அறிவேன். அவர்கள் அவ்வாறு இருக்கக் கூடாது என்று நான் ஆணித்தரமாகக் கூற மாட்டேன். அம்மாவாகவோ, அப்பாவாகவோ ஆகிவிட்டதால் பெண்களோ, ஆண்களோ புதிதாக செத்துப் பிறப்பதில்லை. அவ்வாறு செத்துப் பிறக்கத் தேவையும் இல்லை. நீங்களும் கூட அம்மாவாகவோ, அப்பாவாகவோ இருப்பீர்களாயின், அம்மாவாகவோ, அப்பாவாகவோ ஆகும்போது ஆண்களும், பெண்களும் மீளப் பிறக்கிறார்கள் என்று உங்களுக்கு தோன்றக் கூடும். எனினும், அந்த நிகழ்வு அந்தளவு எளிதில்லை. ஏனெனில் அவ்வாறு மீளப் பிறப்பதுவும் முன்பிருந்த அதே மனிதர்களாகத்தான்.

சுற்றி வரப் பார்க்கும்போது எமது கண்ணில் படும் அனைத்து விதமான மனிதர்களிலும் பெரும்பாலானவர்கள் அம்மாக்களும், அப்பாக்களும்தான். அவர்கள் பரிபூரணமானவர்களல்ல. அவ்வாறிருக்கையில், ஒவ்வொருவரும் தத்தமது அம்மா, அப்பா எனும் பாத்திரங்களுக்குள் மாத்திரம் பரிபூரணமாக இருப்பது விந்தையைத் தருகிறது என எண்ணும் அளவுக்கு நாம் குருட்டுத்தனமாக இருந்து விடக் கூடாது. ஆகவே இலக்கியப் படைப்புகளில் நாங்கள் சந்தித்திருக்கும் பெரும்பாலான தாய்மாரை விடவும் வித்தியாசமாக எனது அம்மா இருப்பது குறித்து நீங்கள் கலவரப்படக் கூடாது என்று நான் உங்களைக் கேட்டுக் கொள்கிறேன்.

ஐந்து

தற்போது மூன்றில் இரண்டு பெரும்பான்மையுடன் ஆளும் நல்லாட்சி அரசாங்கம் தனது வேலையைக் காட்டத் தொடங்கி விட்டது. ஆனவிழுந்தாவ சதுப்பு நிலக் காடு நிர்மூலமாக்கப்பட்டுள்ளது. அந்த அழிப்புக்குக் காரணமான புல்டோஸர் சாரதியும், புல்டோஸர் உரிமையாளரும் கைது செய்யப்பட்டுள்ளார்கள். சிங்கராஜ வனத்தை அழித்து அதன் நடுவே பாதையொன்று வெட்டப்பட்டுக் கொண்டிருக்கிறது. இவற்றின் காரணமாக, மூன்றில் இரண்டு பெரும்பான்மை வாக்குகளை அளித்த மக்களால் எமது ஊரிலிருந்த ஆலமரம் அநீதியான முறையில் படுகொலை செய்யப்பட்டு எரிக்கப்பட்டிருந்தமை தொடர்பாக எனக்குள் ஏற்பட்டிருந்த துயரம் சமனப்பட்டுக் கொண்டிக்கிறது. இவ்வாறான நிகழ்கால துயரங்கள் என்னை அதிரச் செய்து கொண்டிருக்கையில் எப்போதோ மூழ்கிப்போனதொன்றின் குளிர்ச்சியை அனுபவிக்க நான் கடந்த கால அதிர்வுகளுக்குள் நுழைகிறேன். நாங்கள் மீண்டும் கடந்த காலத்துக்குள் பிரவேசிப்போம். அடுத்த பாகத்தைத் தொடங்குவோம்.

ஒன்று

ஒரு கட்டு பீடியையும், ஒரு கட்டு காரம்புல் கதிர்களையும் எனக்காகக் கொண்டு வந்த அவள் பிரிந்து சென்ற பிறகு உங்களுக்குப் பயனற்றவை என்றபோதிலும் எனக்குப் பயனுள்ளவைகளாக எனக்கு நேர்ந்தவற்றை எழுதி வைக்க வேண்டுமெனத் தோன்றியது. இந்த எண்ணத்தை எனக்களித்த இளம்பெண் ப்ரியம்வதா.

ப்ரியம்வதா என்னை விடவும் உயரமானவள். நானும் கூட நடிகன் கஜனைப் போல உயரமானவன் என்ற வகையில் அவளது உயரத்தை உங்களால் கற்பனை பண்ணிப் பார்க்க முடியும். இந்த உயரங்கள் குறித்து அடிக் கணக்கிலோ, அங்குலக் கணக்கிலோ உறுதியாகக் கூறும் அளவுக்கு உயரங்கள் மீது எனது கவனத்தை நான் செலுத்தாத காரணத்தால் அச்சொட்டாக உங்களிடம் உயர அளவுகளைக் கூறும் வழி எனக்கில்லை. நான் அவளது உயரம் குறித்து உங்களிடம் கூறியது, எனக்கு அவளது உயரம் ஒரு பிரச்சினையாக இருப்பதால் அல்ல. நீங்கள் அவளைக் குறித்து தவறாகக் கற்பனை பண்ணி உருவகித்துக் கொள்வதைத் தவிர்ப்பதற்காகத்தான். இன்னும் விபரமாகக் கூறுவதானால் ப்ரியம்வதா உயரமான, மெலிந்த, பொது நிறம் கொண்ட பெண். வட்ட முகம். அழகான மூக்கு. கை கால்கள் நீண்டு ஒல்லியானவை. வசீகரமானவள். ப்ரியத்துக்குரியவள் ப்ரியம்வதா.

ப்ரியம்வதா எனது பாடசாலையில் என்னுடன் ஒரே வகுப்பறையில் எனது குழுவிலேயே இருந்தவள். அது என்னை வியப்படையச் செய்த ஒன்று. நேருக்கு நேராக நாங்கள் எத்தனையோ தடவைகள் சந்தித்துக் கொண்ட போதிலும் பாடசாலைக் காலத்தில் வைத்து அவள் என்னுடன் ஒரு வார்த்தை கூட கதைத்ததேயில்லை. அது மேலும் வியப்படையச் செய்யும் ஒரு விடயம்.

பாடசாலைக் காலத்தில் எனக்கு காதலி இருக்கவில்லை. அவளுக்கும் காதலன் இருக்கவில்லை. அது அந்தக் காலத்தில் வியப்புக்குரிய விடயமாக இருக்கவில்லை. நாங்கள் பாடசாலைக்குச் சென்ற காலத்தில் எமது வகுப்பிலிருந்த முப்பது, நாப்பது மாணவர்களுள் ஓரிருவருக்கே காதலன், காதலிகள் இருந்தார்கள். இந்தக் காலத்தில் காதலன், காதலிகள் இல்லாதிருப்பவர்கள் ஓரிருவர் மாத்திரமே.

ப்ரியம்வதா, பாடசாலையிலிருந்த வலைப்பந்து குழுவில் விளையாடியவள். 'பெண் புறா'வை நினைவுபடுத்திக் கொண்டே நான் அவள் வலைப்பந்து விளையாடுவதைப் பார்த்துக் கொண்டிருப்பேன். 'பெண் புறா'வில் இருந்த ஒரே வேறுபாடு, அதில் நாயகி விளையாடியது கரப் பந்தாட்டம் என்பதுதான். 'பெண் புறா' எனப்படுவது மெட்டில்டாவிடமிருந்த ஒரு பழைய சிங்கள நாவல். அதை எழுத்தாளர் கருணாரத்ன சபுநந்த்ரி எழுதியிருந்தார். அந்த நூலில் 'பெண் புறா' எனக் குறிப்பிடப்பட்டவள் சித்ரா என்பதை எவ்வித வாதமுமின்றி எவரும் ஏற்றுக் கொள்வார்கள். மெட்டில்டாவின் இறுதித் தருணங்களில் அவளது கையிலிருந்துதான் எனக்கு 'பெண் புறா' கிடைத்தது. மெட்டில்டா வாசித்த இறுதி நாவல் 'பெண் புறா' என்றே எனக்குத் தோன்றுகிறது. இறப்பதற்கு முன்னரே அவளுக்கு அதை வாசித்து முடிக்க முடியாமல் போயிருந்தால், அது அவள் செய்த பாவ காரியங்களின் பலனாகத்தான் இருக்கும்.

ப்ரியம்வதா வலைப்பந்து விளையாடும்போது அவள் எனக்கு 'பெண் புறா'வாகவே தென்பட்டாள். மெட்டில்டாவும் தன்னை ஒரு பெண் புறாவாக நினைத்தபடியேதான் செத்துப் போயிருப்பாள். அவள் செத்துப் போன பிறகு சாவு வீட்டிலும், பௌத்த போதனைகள் நடைபெற்ற நாட்களிலும் எனது அம்மாவும், பெரியம்மாவும் 'பெண் புறா' நாவலை மாறி மாறி தங்களது கைகளில் வைத்துக் கொண்டிருந்ததைக் கண்டிருக்கிறேன். சாவு வீட்டில் பௌத்த ஜாதகக் கதைகளை வாசிப்பதை விடவும் 'பெண் புறா'வை வாசிப்பது எவ்வளவு களிப்பூட்டுவதாக அமைந்திருக்கும் என இப்போது

எனக்குத் தோன்றுகிறது. ஆனால் நான் இந்த ஊருக்கு வந்த பிறகே ‘பெண் புறா’வை வாசித்தேன். பெண்கள் வலைப்பந்து விளையாடும்போது, விளையாடுவதை விடவும் கூச்சலிடுவதையே அதிகம் செய்தார்கள். பார்வையாளர்கள் அவர்களை விடவும் கூச்சலிடுவார்கள். எனினும், ப்ரியம்வதா விளையாடும்போதோ, வகுப்பறையிலோ, இடைவேளையின் போதோ எவ்வித ஓசையையும் எழுப்பியதாக நான் கேள்விப்பட்டதில்லை. உண்மையில் எனக்கு இப்போது ப்ரியம்வதாவின் குரல் கூட நினைவிலில்லை. ஆனால் அவள் எழுதிய கவிதைகள் நினைவிருக்கின்றன. விளையாட்டு வீராங்கனையொருத்தி கவிதை எழுதுவது பொருத்தமற்றதென உங்களுக்குத் தோன்றினாலும் கூட அவள் கவிதைகள் எழுதினாள்.

ப்ரியம்வதாவின் கவிதைகள் இரண்டு, வகுப்பறையில் ஒவ்வொரு மாதமும் மாற்றப்படும் சுவர் சஞ்சிகையில் வகுப்புத் தலைவியால் ஒட்டப்பட்டிருக்கும். அது, வகுப்புத் தலைவி ப்ரியம்வதாவின் தோழி என்பதனால் அல்ல. அவளுக்கு நெருங்கிய தோழிகள் இருக்கவும் இல்லை. எமது வகுப்பறையில் ப்ரியம்வதா மாத்திரம்தான் கவிதைகள் எழுதி வந்தாள். சுவர் சஞ்சிகையில் ஒட்டப்படும் அவளின் கவிதைகளை, மாதாந்தம் சுவர் சஞ்சிகையைப் புதுப்பிப்பதற்காக வகுப்புத் தலைவி கழற்றி அகற்றும் வரை காத்திருந்து அவற்றைக் கேட்டு வாங்கிக் கொள்வேன். இப்படியாக பதினெட்டு கவிதைகளைக் கொண்டு நான் செய்த கவிதைத் தொகுப்பு, சமீப காலம் வரைக்கும் என்னிடமே இருந்தது. ஒரு நாள் நான் அதை ப்ரியம்வதாவைத் தேடித் கொண்டு போய் கொடுத்து விட்டு வந்தேன். நான் அஞ்சலியை நேசிப்பதால்தான் அவ்வாறு செய்தேன்.

ப்ரியம்வதாவின் வீட்டு முற்றத்தில், அன்று அந்தத் தொகுப்பைக் கொடுக்கப் போயிருந்த சமயத்தில் எழுந்த வாசனை எனக்கு இப்போதும் நினைவிருக்கிறது. அது, பாரிஜாதப் பூ வாசனை கலந்த நாய்ப் பீ வாடை. நான் அந்தத் தொகுப்பைத் தூக்கி எறியாமல் அவளிடமே

பத்திரமாகக் கொடுத்தது நான் இப்போதும் அவளைக் காதலிக்கிறேன் என்பதால் அல்ல. அது எனது கடந்த காலக் காதல் என்பதால். அவள் என்னையோ, தொகுப்பையோ ஏறெடுத்தும் பார்க்காமல் வேண்டாவெறுப்பாகத்தான் அந்தத் தொகுப்பை வாங்கிக் கொண்டாள்.

ப்ரியம்வதா, நான் அவள் பார்வையிலிருந்து மறைந்து போகும் வரைக்கும் என்னையே பார்த்துக் கொண்டிருந்தாள் என்றும், நான் போனதன் பிறகு என்னால் நிர்மாணிக்கப்பட்டிருந்த அந்தத் தொகுப்பின் பக்கங்களை அவளது விரல்களால் தடவிக் கொடுத்தவாறு வெகுநேரம் அதைப் பார்த்துக் கொண்டிருந்தாள் என்றும் கற்பனை செய்து ஆறுதலடைந்தேன்.

ப்ரியம்வதா எழுதிய, என்னிடமிருந்த அந்தக் கவிதைகளில் அவளது கையெழுத்தைப் போலவே, அந்தக் கவிதைத் தொகுப்பின் அநேகமான கவிதைகள் எனக்கு மனப்பாடமாகி விட்டிருக்கின்றன.

நதி நீரில் பாதம் நனைய
தண்ணீரையே தொட்டுக் கொண்டிருக்கும்
மூங்கில் புதரே
என்னால் உணர முடிகிறது
உனது துயரத்தை

அவள் கூறிய அனைத்தையும் கேட்டிருந்தாய் நீ
அவளது கண்ணீரை வழித்தெடுத்து மீளவும்
நீரிலெறிந்தாய் நீ
பின்னொரு நாளில் புன்னகைத்தவாறே
போய் விட்டாள் அவள்

அவள் போய் விட்டிருந்தாள்
நீ எங்கோ வெறித்துக் கொண்டிருந்த வேளையில்
ஒரு வார்த்தை சொல்லாமலே
திரும்பிப் பாராமலே

ப்ரியம்வதா, நீ எனது மிகவும் ப்ரியத்துக்குரிய காதலி. அஞ்சலி என்னை மன்னித்துக் கொள். நீ எனது மனைவி. நீ எனது காதலிகளுள் ஒருத்தியுமல்ல. ப்ரியம்வதா இப்போது என்னிடம் வந்தாளானால், அவள் எனது ப்ரியத்துக்குரிய காதலி அல்ல. அவள் எனது மிகவும் ப்ரியத்துக்குரிய காதலி என்பது இறந்த காலத்துக்குச் சொந்தமான வாக்கியம். அஞ்சலி நான் இப்போது உன்னைத்தான் காதலித்துக் கொண்டிருக்கிறேன். அதனால் நீ மனம் தளர வேண்டியதில்லை.

இரண்டு

பாடசாலை நாட்களில் எனக்கு ப்ரியம்வதா மீது எந்த விதத்திலும் ஈர்ப்பு ஏற்பட்டிருக்கவில்லை. பதினோராம் வகுப்பில் நான் அவளது கவிதைகளைச் சேகரித்தது அவளது கவிதைகள் மீதுள்ள விருப்பத்தினாலேயன்றி அவள் மீதான ஈர்ப்பினால் அல்ல. அவள் பன்னிரண்டாம் வகுப்புக்குச் செல்லவில்லை. தவணைப் பரீட்சைகளில் எப்போதும் சிங்களத்திலும் பௌத்தத்திலும் தொண்ணூறுகளுக்கும் அதிகமான புள்ளிகளைப் பெறும் அவள் கணிதப் பாடத்தில் பதினைந்துக்கும் குறைவாகவே பெற்று வந்தாள். பரீட்சையின் போது பார்த்து எழுதுவதற்கும் அவள் யாரிடமும் உதவி கோரியிருக்கவில்லை. ஆகவே அவள் உயர்தரம் கற்கவில்லை.

சாதாரண தரப் பரீட்சை பெறுபேறாக அவளுக்கு சிங்களம் மற்றும் பௌத்த சமயப் பாடங்களுக்கு அதியுயர் சித்திகளும், கணிதம் மற்றும் விஞ்ஞானப் பாடங்களுக்கு தோல்வியும் கிடைத்திருந்தன. அவளும், அவளது கவிதைகளுமில்லாமல் நான் பனிரெண்டாம் வகுப்புக்குச் செல்ல நேர்ந்தது.

பதின்மூன்றாம் வகுப்புக்குப் பிறகு, பாடசாலைப் படிப்பைப் பூர்த்தி செய்து மூன்று நான்கு வருடங்கள் கழிந்திருந்தது. ஒரு நாள் நான் மயானத்தைத் தாண்டியிருந்த வயல்வெளியின் சூடுமிதிக்கும் களத்தின் ஓரமாக நின்ற காஞ்சிரை மரத்தின் கிளையொன்றில் அமர்ந்திருந்து புத்த பெருமானுடன் அளவளாவிக் கொண்டிருந்தேன். அந்த மாலை நேரத்தில் களத்தின் ஓரமாக நடந்து வந்த ப்ரியம்வதா எம்மைக் கண்டு கல்லாகச் சமைந்து போய் எம்மையே பார்த்துக் கொண்டிருந்தாள்.

அவள் தனது இரண்டு கைகளாலும் தகர வாளியைப் பற்றிப் பிடித்திருந்தாள். வாயில் பற்தூரிகை திணிக்கப்பட்டிருந்தது. வாயின் இரு ஓரங்களிலும் பற்பசை நுரை கொஞ்சம்

கொஞ்சமாக வழிந்து கொண்டிருந்தது. தோள்களின் மேலால் துண்டினைப் போட்டிருந்தாள். வயல் கிணற்றில் குளிக்கவென அவள் வந்திருந்தாள். உறை போன்ற நீண்ட கவுன் ஒன்று அவளை முழுவதுமாக மூடும் விதமாக அவளது மேனியில் தொங்கிக் கொண்டிருந்தது. ஊரில் அங்குமிங்குமாகப் போகும் பாதைகளில் வைத்து அடிக்கடி நான் ப்ரியம்வதாவைக் கண்டிருக்கும் விதத்தில் அவள் அணியும் மூன்று, நான்கு கவுன்களும் அவளது கணுக்கால் வரை நீண்டவையே. அவற்றில் எவ்வித அலங்காரங்களும் இருக்காது. இடுப்புக்குக் கீழாக வெறுமனே தொங்கும் விதமாக அவை தைக்கப்பட்டிருக்கும். அவளது ஒல்லியான தேகத்தில் எப்போதும் ஆளை விடவும் பெரிதாகத் தொங்கிக் கொண்டிருக்கும் வெளிறிய கவுனைக் காணும் போதெல்லாம் எனக்கு கேஸ்பர் கார்ட்டூன்தான் நினைவுக்கு வரும்.

‘புத்த பெருமானே நீங்க ஒவ்வொரு நாளும் காலை நேரத்துல எழும்பியதுமே, உதவி தேவைப்படுறவருக்கு உதவி செய்யப் போறதுக்காக முழு உலகத்தையும் பார்ப்பீங்க, உலகம் முழுக்க இருக்குற ஜீவராசிகள் மேல உள்ள பெருங்கருணையாலதான் அப்படிப் பார்க்குறீங்க என்றெல்லாம் சொல்றாங்களே. அது சம்பந்தமா எப்போதும் என்னோட மனசுல ஒரு கேள்வி இருந்துட்டே இருக்கு. நீங்க அப்படிப் பார்த்தப்போ எல்லாம் ஏன் எப்பவும் இந்திய எல்லைக்குள்ள இருக்குறவைகள் மட்டும் உங்களுக்குத் தென்பட்டுச்சு? இந்த ஆபிரிக்கா, ஐரோப்பா, சீனாவுல எல்லாம் உங்க உதவி தேவைப்படுற அளவுக்கு எதுவுமே நடக்கலையோ?’

‘அங்க இருந்தது மொழிப் பிரச்சினை நயன். நான் மனசால அங்க போயிருந்தாக் கூட நான் போதிக்கிறது எதுவும் அவங்களுக்குப் புரிஞ்சிருக்காது.’

‘அப்போ இங்க ஏதும் மொழிப்பிரச்சினை இல்லையோ?’

அவர் தூங்கி விழுந்து கொண்டிருந்தார். எனக்கு அவரைப் பார்க்கப் பாவமாக இருந்தது. ‘இதுவரைக்கும் எவ்வளவு

கொஞ்சமாகத் தூங்கியிருப்பார். எவ்வளவு தூரம் நடந்திருப்பார். ஆனால் அவை எல்லாவற்றுக்கும் மேலாக எவ்வளவோ சுக வாழ்க்கையை அனுபவித்திருப்பார். அரச மாளிகையில் இருந்த போதும் சுக வாழ்வு. புத்தராக ஆனதற்குப் பிறகும் சுக வாழ்வு. பிரதான சீடர்களான சுத்தோதனரும், விசாகாவும், மருத்துவராக சீவகனும் எப்போதும் கூடவே இருக்கும்போது என்ன குறை இருந்திருக்கும்'.

'அப்போ மரத்துலருந்து கீழே விழுந்துடாம கவனமாத் தூங்குங்க.'

'இல்ல இல்ல... நான் தூங்கல' என்றவாறு அவர் திடுக்கிட்டுப் போய் கண் திறந்தார்.

'உங்க மனசை நோகடிக்கணும்னு இதை நான் சொல்லல. உங்களைப் பழி வாங்கியது உங்ககிட்ட திருமண ஆலோசனையோடு வந்த மாகந்தி இல்ல, யசோதரைதான்னு எனக்குத் தோணுது.'

'என்னோட தேஜஸைப் பார்த்துக்கிட்டே இருக்குறதுக்காக சீடன் ஆகிய வாலிபன் வக்கலி பார்த்தது போல என்னையே உற்றுப் பார்த்துட்டிருக்காதே நயன். வக்கலியும் இப்படி என்னையே பார்த்துட்டிருந்தப்ப என்னால தாங்க முடியாம இருந்துச்சு. வக்கலி என்னையே பார்த்துட்டிருந்தப்ப எனக்கு என்ன தோணியதோ அதேதான் சீடர் காத்தியாயனரை வாலிபன் சொரையா இப்படிப் பார்த்துட்டிருந்தப்பவும் தோணுச்சாம்.'

'இல்ல இல்ல... நான் அந்த நோக்கத்துல பார்க்கல. தவறா எடுத்துக்காதீங்கய்யா.'

'இப்போ எல்லாம் கண்ணு சரியாத் தெரிய மாட்டேங்குது பையா. கண்ணுல ஏதோ வலை போட்டது போலத்தான் எதுவும் தென்படுது.'

‘கண்ணுல வெள்ளை படர்ந்திருக்கும். இப்பல்லாம் அரசாங்க ஆஸ்பத்திரிகள்லயே இந்த ஆபரேஷனை நல்லா செஞ்சிடுறாங்க. பயப்படத் தேவையில்ல. சின்ன விஷயம்தான்.’

‘அதைப் பிறகு பார்ப்போம். இப்போதைக்கு ஆனந்தர்கிட்டயோ, விசாகாகிட்டயோ சொல்லி ஏதாச்சும் சிகிச்சை செஞ்சுக்கலாம்.’

‘மகா காசியப்பரோட அம்மா பிக்குணியாகி பத்து வருஷத்துக்குப் பிறகு ஒரு குழந்தை பிறந்துச்சு. பிக்குணியாகி ஆம்பளைங்க தொடர்பே இல்லாமப் போனதுக்குப் பிறகு குழந்தை எப்படி பிறந்துச்சுன்னு விசாரிக்குற பொறுப்பை நீங்க விசாகாக்கிட்ட ஒப்படைச்சீங்க. அவங்களும் விசாரிச்சுப் பார்த்துட்டு அது பத்து வருஷத்துக்கு முன்னால அவங்க வயித்துல தங்கின கருன்னு உங்களை நம்ப வச்சாங்க. இப்படி விசாகா, காசியப்பர் அம்மாவோட வழக்கை ஒரு வழியா மூடி மறைச்சுட்டாங்கதானே?’

‘இதை யாருகிட்டயும் சொல்லிடாதே நயன். அவ ஒரு மோசமான பொம்பளை.’

‘இப்படி என்னோட மனசை அரிச்சுட்டிருக்குற இன்னொரு கேள்வி இருக்கு. நீங்க வேறொரு ஜாதிப் பெண்ணான சுந்தரியைக் காதலிச்சீங்கன்னும் பின்னாடி அவளை நீங்களே கொன்னுட்டதாவும் உங்க மேல குற்றம் சாட்டப்பட்டிருக்கு. நீங்கதான் சுந்தரியைக் கொன்னுருப்பீங்கன்னு என்னோட மனசு சொல்லிட்டே இருக்கு. அதைத் தடுக்கவே முடியல.’

நான் தீவிரமாகப் புகைத்துக் கொண்டிருந்த பீடித் துண்டை, புத்தரின் முதிய விரல்களிருந்த திசையில் நீட்டினேன். அவர் வேறெங்கோ வெறித்துப் பார்த்தவாறு தூங்கி விழுந்து கொண்டிருந்தார். நான் மீண்டும் பீடியைப் புகைத்தவாறே ப்ரியம்வதாவைத் தேடி கீழே பார்த்தேன்.

‘நெஜமாவே அவர்தான் சுந்தரியைக் கொன்னாராமா?’

அதுதான் ப்ரியம்வதா என்னுடன் கதைத்த முதல் வார்த்தை. ஆனால் இப்போது எனக்கு அவளது குரல் கொஞ்சம் கூட நினைவிலில்லை.

'இவர் கபடமானவர். ஒண்ணுக்கும் நேரடியாப் பதில் சொல்ல மாட்டேங்குறார்.'

சீடன் தேவதத்தனால் விடுக்கப்பட்ட ஐந்து கோரிக்கைகளையும் பற்றி நினைவுபடுத்த நான் நினைவுபடுத்த வேண்டியிருந்த போதிலும் அவள் காஞ்சிரை மரத்தடியில் அமர்ந்து கொண்டு ஆரோக்கியப் பச்சை எனும் மூலிகையைத் தேடத் தொடங்கியிருந்ததால் நான் மீண்டும் புத்தரின் பக்கமாகத் திரும்பினேன். அவர் அவ்வேளையிலும் ஆழ்ந்த உறக்கத்தில் இருந்தார்.

அதன் பிறகு வந்த நாட்களில் அநேகமான அந்தி வேளைகளில் அவள் காஞ்சிரை மரத்தடியில் அமர்ந்திருந்து எனதும், புத்தரினதும் உரையாடல்களை செவிமடுத்துக் கொண்டிருந்தாள். அவள் அதை எவரிடமும் கூறவேயில்லை. கடைசியில் ஒரு நாள் நான் மரத்திலிருந்து கீழே குதித்து அவளின் முன்னால் நின்று கொண்டேன்.

'அவர் நல்லாத் தூங்கிட்டிருக்கார். அவர் விழிச்சிட்டிருக்குற நேரம் அதிகம்தானே. அவர் தூங்கி எழும்புறதுக்குள்ள என்கூட நாவல் பழம் பறிக்கப் போக உனக்கு இஷ்டமா?'

அவள் வலமும் இடமுமாகத் தலையை ஆட்டினாள்.

'நாவல் பழம் சாப்பிட உனக்கு விருப்பமா?'

அவள் மேலும் கீழுமாக தலையை ஆட்டினாள்.

'அப்போ நீ இந்தக் காஞ்சிரை மரத்தடியிலேயே உட்காந்திட்டிரு. நான் பறிச்சு எடுத்துட்டு வரேன்.'

நான் மயானத்தின் ஊடாக காட்டுக்குள் நுழைந்து நாவற்பழங்களைப் பறித்து எனது சாரத் தொட்டிலில்

இட்டு எடுத்துக் கொண்டு வந்தேன். நான் வரும் வரையில் காஞ்சிரை மரத்தினடியிலேயே அமர்ந்து காத்துக் கொண்டிருந்த அவள் என்னுடன் சேர்ந்து நாவற்பழங்களைச் சுவைத்தாள். அவற்றை மிக மிக மெதுவாகச் சாப்பிட்டாள். அந்த ஆமை வேகத்துக்கு நானும் பழகி விட்டிருந்தேன்.

நாங்கள் வெகுநேரம் எங்கேயோ வெறித்துப் பார்த்துக் கொண்டிருந்தோம். அவள் எதைப் பற்றியோ யோசித்துக் கொண்டிருந்தாள். நான் எதைப் பற்றியோ யோசித்துக் கொண்டிருந்தேன். அவளுக்குள் கவிதைகள் தோன்றியிருக்கக் கூடும். ஆனால் அவள் அவற்றை எழுதவில்லை. சொல்லவுமில்லை. நாங்கள் வெகுநேரம் எங்கேயோ வெறித்துப் பார்த்தவாறு யோசனையில் ஆழ்ந்திருந்தோம். அந்த இரண்டுமே ஒரே யோசனையாக இல்லாதிருந்திருக்கக் கூடும். இருப்பினும் நாங்கள் இருந்த இருப்பிலேயே இருந்தோம்.

'உனக்கு குடம்புளி சாப்பிடப் பிடிக்குமா?' என்று மீண்டும் ஒரு நாள் அவள் காஞ்சிரை மரத்தடிக்கு வந்திருந்த வேளையில் கேட்டேன். அவள் வலமும் இடமுமாக தலையை ஆட்டினாள்.

'என்கூட குடம்புளி பறிக்கப் போக உனக்கு இஷ்டமா?'

அவள் மேலும் கீழுமாக தலையை ஆட்டினாள்.

நான் மயானத்தின் ஊடாக குடம்புளி மரமிருந்த திசையில் நடக்கையில் அவள் பின்னாலேயே வந்தாள். மரத்திலேறி நான் பறித்துப் போட்ட குடம்புளி பழங்களை ஒவ்வொன்றாகப் பொறுக்கி தனது கவுன் தொட்டிலில் சேகரித்துக் கொண்டாள். அவற்றை காஞ்சிரை மரத்தடியில் அமர்ந்திருந்து சாப்பிட்டோம்.

'குடம்புளி சாப்பிடப் பிடிக்காதுன்னுதானே சொன்னாய்?' என்று நான் சிரித்தவாறே அவளிடம் கேட்டேன்.

பதிலுக்கு அவள் சிரித்தவாறே குடம்புளியை சாப்பிட்டுக் கொண்டிருந்தாள்.

'குடம்புளித் தோல்களை எடுத்துட்டுப் போறது நீயா, நானா?'

பதிலுக்கு அவள் அங்கு குவிந்திருந்த குடம்புளித் தோல்களில் சரிபாதியை தனது கவுன் தொட்டிலில் இட்டுக் கொண்டு எழுந்து நடக்கத் தொடங்கினாள். மிச்சத்தை நீ எடுத்துக் கொண்டு போ என்று கூறுவதைப் போல திரும்பிப் பார்த்து புன்னகைத்தாள்.

'உன்னோட கவுன்ல கறை படிஞ்சுடுமே?' என்று நான் சத்தமாகக் கேட்டேன். அதற்குப் பரவாயில்லை என்று கூறுவதைப் போல திரும்பிப் பார்த்து புன்னகைத்தவள் அப்படியே போய் விட்டாள்.

மறுநாளும் நான் தீப்பெட்டியையும், பீடிக் கட்டொன்றையும் எடுத்துக் கொண்டு காஞ்சிரை மரத்திலேறி அமர்ந்து கொண்டேன். அன்று அவள் வயலில் குனிந்து குனிந்து எதையோ சேகரித்துக் கொண்டிருப்பதைக் கண்டேன். அவள் அவற்றையும் எடுத்துக் கொண்டு காஞ்சிரை மரத்தடிக்கு வந்தாள். அவை காராம்புல் கதிர்கள்.

நான் காஞ்சிரை மரத்தின் மீதிருந்தேன். அந்தக் காராம்புல் கதிர்க் கட்டை என்னிடம் நீட்டினாள். அது, அவளது முதலாவதும், நேரடியானதுமான காதல் வெளிப்படுத்தல். இருந்தாலும், குடம்புளி சாப்பிடப் பிடிக்கவில்லையென்றாலும் என்னுடன் சேர்ந்து குடம்புளி பறிக்கப் போக அவள் விருப்பம் சொன்னதைத்தான் அவளது முதலாவது காதல் வெளிப்படுத்தலாக நான் உணர்ந்தேன். இன்று அவள் எனக்கு நேராக நின்று கொண்டு என்னை நோக்கி காராம்புல் கதிர்க் கட்டை நீட்டிக் கொண்டிருக்கிறாள். என்றாலும், எனக்குள்ளே கேள்வியொன்று இருந்தது.

'இது எனக்கா? புத்தருக்கா?'

நான் சுற்றி வரப் பார்த்தேன். அன்று புத்தர் வந்திராத நாள். தலைவலியோ, வயிற்றோட்டமோ, முதுகுவலியோ தீவிரமான நாட்களில் அவர் மரத்துக்கு வருவதில்லை. எனக்குத் தென்படாமல் அவர் வந்திருக்கக் கூடும் என்று தோன்ற நான் சுற்றி வரவும் புத்தரைத் தேடினேன். அவள் காராம்புல் கதிர்க் கட்டோடு பின்வாங்கி பார்வையைத் தாழ்த்தியவாறு துயருற்றிருந்தாள். காஞ்சிரை மரத்தடியில் மிகவும் சோகமாக அமர்ந்து கொண்டாள். நான் பீடிக் கட்டை எடுத்துக் கொண்டு மரத்திலிருந்து இறங்கினேன்.

'இந்தக் காஞ்சிரை மரத்துக்கு அதிபதியா ஒரு தெய்வமும் இல்ல. இன்னிக்கு புத்தரும் வரல. அப்போ காராம்புல் கதிர்கள் எனக்காகத்தான். அதை என்னால இலகுவாகப் புரிஞ்சுக்க முடியுது. ஆனா எனக்குள்ள அதை உணரக் கொஞ்சம் நேரம் எடுத்துச்சு. அதுக்காக என்னை மன்னிச்சுடு.'

நான் காராம்புல் கதிர்க் கட்டைக் கேட்டு கையை நீட்டினேன். அவள் தலையை உயர்த்திப் புன்னகைத்தவாறே காராம்புல் கதிர்க் கட்டை என்னிடம் நீட்டினாள். அது மிகவும் ரம்மியமான மாலை வேளை. நான் காராம்புல் கதிர்க் கட்டை இரு கரம் நீட்டி வாங்கிக் கொண்டு எனது சாரத் தொட்டிலில் இட்டுக் கொண்டேன்.

'எனக்கு மிகவும் சந்தோஷமா இருக்கு. நாங்க பீடி குடிப்போமா?'

அவள் வலமிருந்து இடமாக தலையை ஆட்டினாள். நான் தனியாக பீடியைப் புகைத்தேன்.

'பீடிப் புகை உன்னைத் தொந்தரவு பண்ணுது. அது எனக்கு விளங்குது. இருந்தாலும் இப்ப என்னால பீடி குடிக்காம இருக்க முடியல. என்னை மன்னிச்சுடு.'

அவள் சிரித்தாள். **ப்ரியம்வதா நான் உன்னை மிகவும் நேசித்தேன்.** நாங்கள் திரும்பவும் சந்தித்தோம். நாங்கள் திரும்பத் திரும்ப சந்தித்தோம். நீ தொலைவிலெங்கோ

வெறித்துப் பார்த்துக் கொண்டேயிருந்தாய். நான் உன்னையும், நீ பார்த்துக் கொண்டிருந்த திக்கையும் பார்த்துக் கொண்டேயிருந்தேன்.

நாங்கள் இறுதியாக சந்தித்துக் கொண்ட நாளுக்கு முந்தைய தினம் அவள் எனக்குக் கொண்டு வந்து தந்தது கொக்கோ தூள். அந்த கொக்கோ தூளின் கதை இதுதான்.

மூன்று

அஞ்சலியின் அத்தையொருத்தி கேகாலை, ஹிக்கொட பிரதேசத்தில் திருமணம் முடித்து அங்கேயே குடியேறியிருந்தாள். அஞ்சலியின் அம்மா ஹிக்கொடைக்கு சொந்தக்காரர்களைப் பார்த்து விட்டு வரப் போயிருந்த நாளொன்றில் வீட்டுக்குத் திரும்பி வரும்போது கொக்கோ பழமொன்றை எடுத்துக் கொண்டு வந்து அதன் விதைகளை முளைக்கப் போட்டிருந்தாள். பின்னர் அதில் தளிர் விட்டிருந்த கன்றுகளை எடுத்து எனது பரம்பரை வீட்டு முற்றத்தில் நட்டிருந்தாள். நான் காஞ்சிரை மரத்தின் மேலிருந்தவாறும், ப்ரியம்வதா காஞ்சிரை மரத்தின் அடியிலிருந்தவாறும் எமது காதல் கதைகளை நெய்து கொண்டிருந்த வேளைகளில் அந்த மரங்களில் கொக்கோ பழங்கள் கனிந்திருந்தன.

'நீ கொக்கோ சாப்பிட்டதில்லதானே? உனக்குக் கொண்டு வந்து தர வழியுமில்ல. பழம் மஞ்சளாகத் தொடங்கியதுமே மர அணில்கள் ஓட்டை போட்டுடும். மர அணில்கள் கொக்கோ சாப்பிடுறதைப் பார்த்துட்டிருக்க உனக்கும் பிடிக்கும்னா வா எங்க வீட்டுக்குப் போகலாம்.'

அவள் புன்னகைத்தவாறே எழுந்து நின்று எமது வீட்டுக்குச் செல்லத் தயார் எனும் அறிகுறியை வெளிப்படுத்தினாள். நான் முன்னால் நடந்தேன். அவள் என்னைத் தொடர்ந்து வந்தாள். நான் ப்ரியம்வதாவை எனது வீட்டுக்கு மணப்பெண்ணாகக் கூட்டிச் செல்வதைப் போன்ற உணர்வே அன்று எனக்குள் தோன்றியது. நான் சட்டென்று நின்று, திரும்பி அவளைப் பார்த்தேன்.

'நாங்க காராம்புல் கதிர்க் கட்டொன்றையும் எடுத்துக் கொண்டு போவோமா?'

எனது கேள்வி முடியும் முன்பே அவள் விரைவாக வயலுக்கு ஓடிச் சென்று குனிந்து குனிந்து கதிர்களைப் பறிக்கத்

தொடங்கியிருந்தாள். மயானத்திலிருந்து மெதுமெதுவாக வயலில் இறங்கிய நானும் அவளுடன் சேர்ந்து கொண்டு கதிர்களைப் பறித்தேன். நாங்கள் பறித்த கதிர்களை ஒன்று சேர்த்து கட்டாகக் கட்டி அவளிடம் கொடுத்தேன். அவள் புன்னகைத்தவாறே அதைப் பெற்றுக் கொண்டு மீண்டும் எனது பின்னால் நடந்து வந்தாள். நான் அவளை எனது தோட்டத்து வேலி தாண்டி உள்ளே அழைத்துக் கொண்டு போய் கொக்கோ மரமொன்றின் அடியில் நின்றேன். சுட்டு விரலை உதடுகளின் மீது வைத்தேன்.

'ஸ்ஸ்... நம்ம காலடியோசை கூட கேட்கக் கூடாது. அங்க பாரு... மர அணிலொண்ணு...'

நாங்கள் புற்கள் படர்ந்திருந்த தரையில் அமர்ந்து கொண்டோம். மர அணில் கொக்கோ கனியின் தோலைக் கொறித்து அகற்றி சதையை சாப்பிட்டு விட்டு விதையை கீழே போட்டுக் கொண்டிருந்தது. நாங்கள் மர அணில் கொக்கோ சாப்பிடுவதைப் பார்த்துக் கொண்டிருந்தோம். நாங்கள் மர அணில் கொக்கோ சாப்பிடுவதைப் பார்த்துக் கொண்டிருந்தோம். நாங்கள் மர அணில் கொக்கோ சாப்பிடுவதைப் பார்த்துக் கொண்டிருந்தோம். வெகுநேரமாக பார்த்துக் கொண்டேயிருந்தோம். பின்னர் எம்மைச் சூழவும் தரையில் வீழ்ந்து கிடந்த கொக்கோ விதைகளை ப்ரியம்வதா தனது கவுன் தொட்டிலில் சேகரித்துக் கொண்டாள். அவள் அன்று தனது வீட்டுக்குத் திரும்பிச் சென்ற வேளையில் அவற்றை அவளது கவுன் தொட்டிலிலேயே போட்டு எடுத்துக் கொண்டு சென்றாள்.

அன்று அவள் காராம்புல் கதிர்க் கட்டைக் கை விடாமல் வலது கரத்தால் அதைப் பற்றிப் பிடித்தவாறுதான் இந்த அனைத்து வேலைகளையும் செய்தாள். அவள் திரும்பிச் சென்றதுவும் அவ்வாறுதான். இடது கையால் கவுன் தொட்டிலையும், வலது கையால் காராம்புல் கதிர்க் கட்டையும் பற்றிப் பிடித்துக் கொண்டுதான் நடந்தாள். அன்று தொடக்கம் பல தினங்கள் அவள் எனது மனைவி என்றே எனக்குத் தோன்றியது என்பது உண்மைதான். அந்த

வகையில் ப்ரியம்வதா எனது முதல் ப்ரியத்துக்குரியவள். **அஞ்சலி என்னை மன்னித்து விடு. எனக்கு உன்னிடமிருந்து மறைக்க எதுவுமில்லை.**

ப்ரியம்வதா எடுத்துச் சென்ற கொக்கோ விதைகளைக் காய வைத்து இடித்துத் தூளாக்கி சிறிய மூட்டை கட்டி எடுத்துக் கொண்டு வந்து பின்னொரு நாளில் எனது கையில் புன்னகைத்தவாறே தந்தாள்.

'காராம்புல் கதிர்க் கட்டுக்கு என்னாச்சு?'

'பைண்டர் கம் பூசி காய வச்சு மேசை லாச்சில பாதுகாப்பா வச்சிருக்கேன்.'

இது அவள் என்னிடம் கதைத்த இரண்டாவது வார்த்தை.

அவள் எனக்களித்திருந்த காராம்புல் கதிர்க்கட்டை நான் என்ன செய்தேன் என்பது எனக்கு துளி கூட நினைவிருக்காதது எனக்குக் கவலையைத் தந்தது. அவளுக்குக் கொடுத்த காராம்புல் கதிர்கள் இப்போதும் அவளிடம் இருக்கின்றனவா இல்லையா என்பதை அறிந்து கொள்ளும் ஆசையும் எனக்கு இல்லை.

நாங்கள் இறுதியாகச் சந்தித்துக் கொண்ட நாள், சோல்ஜர் சிங்களத் திரைப்படத்தின் காட்சிகளைப் போல இப்போதும் எனக்கு நினைவிருக்கிறது. அவள் தொலைவிலிருந்து நடந்து வந்தாள். அவள் தொலைவிலிருந்து காஞ்சிரை மரத்தை நோக்கி நடந்து வந்தாள். அவள் தொலைவிலிருந்து காஞ்சிரை மரத்தை நோக்கி மெதுமெதுவாக நடந்து வந்தாள். அவளது ஒரு கையில் காராம்புல் கதிர்க் கட்டு இருந்தது. அது அவள் பைண்டர் கம் பூசி காய வைத்து பத்திரமாக வைத்திருந்த காராம்புல் கதிர்க் கட்டு அதாவது அவள் மணப்பெண்ணாகிய நாளில் கையில் வைத்திருந்த காராம்புல் கதிர்க்கட்டு. அவளது மற்ற கையில் ஒரு கட்டு பீடி இருந்தது.

நான் காஞ்சிரை மரத்தின் மீது அமர்ந்திருந்து அவளைப் பார்த்துக் கொண்டிருந்தேன். அவள் மேலே ஏறிட்டு என்னைப் பார்த்தாள். எதுவும் பேசாமல் ஒவ்வொரு கிளையாகத் தாவித் தாவி ஏறி நான் இருந்த கிளையில் எனதருகில் அமர்ந்து கொண்டாள்.

'பார்த்து... இந்தக் கிளை அவ்வளவு உறுதியாயில்ல.'

அவள் கதிர்க்கட்டை கீழே போட்டாள். பீடிக் கட்டை என்னிடம் தந்தாள். நான் அதை வாங்கி எனது சட்டைப் பையில் வைத்துக் கொண்டு அவளைக் கவனமாக உற்று நோக்கினேன்.

'என்ன வாடிப் போயிருக்கிறாய்?'

அவள் காஞ்சிரை மரத்தடியையே பார்த்துக் கொண்டிருந்தாள். என்னைப் பார்ப்பதைத் தவிர்த்தாள்.

'ஏன் காராம்புல் கதிர்க் கட்டைக் கீழே போட்டாய்? அது, இந்தக் கிளைக்கு ஒரு சுமையாகவே இருக்காது.'

அவள் காஞ்சிரை மரத்தடியையே பார்த்துக் கொண்டிருந்தாள். என்னைப் பார்ப்பதைத் தவிர்த்தாள்.

'அது பெரிய ஒரு சுமையாக இருக்குற மாதிரிதானே உனக்குத் தோணுச்சு?'

அவள் காஞ்சிரை மரத்தடியையே பார்த்துக் கொண்டிருந்தாள். என்னைப் பார்ப்பதைத் தவிர்த்தாள்.

நானும் காஞ்சிரை மரத்தடியையே பார்த்துக் கொண்டிருக்கத் தொடங்கியிருந்தேன்.

நானும் காஞ்சிரை மரத்தடியையே பார்த்துக் கொண்டிருக்கத் தொடங்கியிருந்தேன்.

அவளும் காஞ்சிரை மரத்தடியையே பார்த்துக் கொண்டிருந்தாள்.

நாங்கள் அவ்வாறு பார்த்தவாறே வெகுநேரம் அமர்ந்திருந்தோம். கடைசியில் அவள் மரத்திலிருந்து கீழே இறங்கினாள். காராம்புல் கதிர்க் கட்டை எடுத்துக் கொண்டு அவள் போகத் தயாரானாள். சற்று தூரம் நடந்து போனாள். போய் திரும்பி மரத்தைப் பார்த்தாள். மரத்தின் மேலே பார்த்தாள். என்னைப் பார்த்தாள்.

'முத்தெட்டு தோட்டத்துல இடம் கிடைச்சிருக்கு. அப்பா இன்னிக்கு பலகைகளும், தகரங்களும் எடுத்துக்கிட்டுப் போயிருக்கார். நாளைக்கு நாங்க அங்க குடியேறப் போறோம். திரும்ப இங்க வரக் கிடைக்காது.'

அவள் போனாள்.

அவள் போனாள்.

அவள் போனாள்.

அதுதான் ப்ரியம்வதா கதைத்த கடைசி காதல் வசனங்கள். அதாவது என்னிடம் கதைத்த மூன்றாவது வார்த்தை.

'முத்தெட்டு தோட்டத்துல இடம் கிடைச்சிருக்கு. அப்பா இன்னிக்கு பலகைகளும், தகரங்களும் எடுத்துக்கிட்டுப் போயிருக்கார். நாளைக்கு நாங்க அங்க குடியேறப் போறோம். திரும்ப இங்க வரக் கிடைக்காது.'

எனக்கு அவளைக் குறித்தும், என்னைக் குறித்தும் எங்காவது எழுதி வைக்கத் தோன்றியது அப்போதுதான்.

அவளும் நானும் என்பது, அவளும் நானும் மாத்திரமல்லாத காரணத்தால் எனக்கு வேறு வேறு விடயங்களையும் எழுத நேரும் என்பது எனக்கு அப்போது புரிந்தது. ஆகவே நான் எழுத நினைத்து நினைத்தே காலம் கடத்தி வந்தேன்.

கடைசியில் ஒரு நாள் எழுதத் தொடங்கினேன். அதுதான் இது.

முத்தெட்டு தோட்டத்தில் இடம் கிடைத்து ப்ரியம்வதாவின் மொத்தக் குடும்பமும் எமது ஊரிலிருந்து ஐந்து கிலோமீற்றர் தொலைவிலிருந்த பிரதேசத்துக்கு இடம்பெயர்ந்து போனதன் பிறகு நான் அவளைத் திரும்பவும் சந்திக்கவில்லை. பின்னொரு காலத்தில் அவளைத் தேடிப் போய் கவிதைத் தொகுப்பை கையளிக்கும் வரைக்கும்.

எமது காதலானது, கிராம சேவகர் பிரிவை மாற்றியதுமே நிறுத்திவிடக் கூடிய அளவுக்கு பலவீனமானது என்று உங்களுக்குத் தோன்றக் கூடும். அவ்வாறெனில், நாங்கள் சந்தித்துக் கொள்ளாவிட்டாலும் எமது காதல் வெகுகாலம் நீடித்து நிலைத்திருந்ததாகவும், இன்றும் கூட அவளது நினைவுகள் எனது இதயத்தின் ஆழத்தில் அலையடித்துக் கொண்டிருப்பதாகவும்தான் நான் உங்களிடம் கூற வேண்டியிருக்கும். ஆனால் அவ்வாறு ஒரு புண்ணாக்கும் இல்லை. மிக வேகமாக அவள் எனது யாரோவாகிப் போனாள். எமது உயரங்களை அளந்து பார்க்காத எனக்கு எமது காதலின் ஆழத்தை அளந்து பார்க்கவும் தேவைப்படவில்லை. அப்படியாயின் நான் எதற்காக இதை எழுதுகிறேன் என்று உங்களுக்குத் தோன்றக் கூடும். எனக்குள்ளிருக்கும் கேள்வியும் அதுதான்.

அவள் முத்தெட்டு தோட்டத்துக்குப் போய் இரண்டு மூன்று தினங்கள் கழிந்ததன் பிறகு காஞ்சிரை மரத்தின் கிளையில் அமர்ந்திருந்து புத்தர் வரக் கூடுமென்று நான் காத்துக் கொண்டிருக்கையில் ரோஹன விஜேவீர மரத்தில் ஏறினார். ஒரு காலத்தில் இலங்கையின் தீவிரவாத இயக்கமாகக் கருதப்பட்ட ஜே.வி.பி என அழைக்கப்படும் கம்யூனிச கொள்கைகளைக் கொண்ட 'மக்கள் விடுதலை முன்னணி' கட்சியை அமைத்து அதன் தலைவராக இருந்தவர் ரோஹன விஜேவீர.

'பாருடா நயன். மக்களெல்லாரும் இது என்னோட கட்சின்னு இப்பவும் நினைச்சிட்டிருக்காங்க. நான் உருவாக்கிய கட்சி எப்பவோ அழிஞ்சு போயிடுச்சுடா. இது அவங்க உருவாக்கியது. இதில் என்னோட பேரைப் போட்டுக்கிட்டு

எனக்கும் சேறு பூசுறாங்கடா. இதுக்கும் எனக்கும் எந்த சம்பந்தமும் இல்ல நயன். அந்த பீடியில ஒண்ணு தாயேன். என்னால இந்த மனப்பாரத்தைத் தாங்கிக்கவே முடியல ஐஸே.'

ப்ரியம்வதா பற்றிய யோசனை படிப்படியாகக் குறைந்து வருகையில் காஞ்சிரை மரத்தின் உச்சிக்கு மாற்றீடுகள் நிறைய வரத் தொடங்கின.

'உங்க நாட்டுலதான்டா என்னோட ஃப்யு எலீஸ் இசைக்கு நல்லதொரு இடம் கிடைச்சிருக்கு. இப்படி முழு நாட்டு மக்களும் காலையும், மாலையும் என்னோட இசையைக் கேட்குற வேறு எந்தவொரு நாடும் உலகத்துல இல்லவோய்' என்றவாறு உறுதியான கிளையொன்றைப் பார்த்து அமர்ந்து கொண்டு மொண்டிகிறிஸ்டொ சுருட்டுப் பெட்டியை விரித்தார் பித்தோவன்.

'ச்சூன் பாண் வண்டிதானே? உங்க மியூசிக்கப் போட்டுக்கிட்டு காலையும் மாலையும் பாண் வித்துட்டுப் போற வண்டி... அதுக்குப் பரவாயில்லையா?'

ச்சூ என்று நான் உதடுகளைக் குவித்தபோதே அதைக் கண்ணுற்ற பித்தோவனுக்கு நான் கேட்டது அந்த வண்டியைக் குறித்துத்தான் என்பது உடனடியாகப் புரிந்து போனது என்பது தென்பட்டது.

'பைத்தியமா ஓய்? அதுதானே நல்லது. ஒவ்வொரு நாளும் வயித்துல விழுற சாப்பாடுதானே அது.'

'நிஜத்துல அந்த எலீஸ் யாரு?'

'எல்லாரும் கேட்குற கேள்வியையே நீயும் கேட்காதே ஐஸே. அந்தக் கேள்வியே படு கேவலமானது. உனக்கு வத்சலாவைப் போலத்தான் எனக்கு அவள். ஃப்யு எலீஸ்ஸை மீட்டெடுத்தாலும் எலீஸோட குழி தோண்டப்பட முடியாத அளவுக்கு மூடப்பட்டிருக்கு.'

'இருந்தாலும் எனக்கு இப்போ வத்சலா நினைவு வர்றதேயில்லை. ஆனா எந்நாளும் ச்சூன் பாண் வண்டி வரும்போது எனக்கு எலீஸ் ஞாபகம் வருது.'

'பரவாயில்லை. இந்த விதத்திலாவது அவள் உயிரோடிருக்கிறாளே.'

ப்ரியம்வதா எனப்படுபவள் யார்? உண்மையில் அவளுக்கும் எனக்கும் இடையிலிருந்த தொடர்பு என்ன? கவிதைகள் எழுதிய விளையாட்டு வீராங்கனை; அதிகம் பேசாதவள்; என்னுடன் சேர்ந்து கொண்டு எங்கோ வெறித்துப் பார்த்துக் கொண்டிருந்தவள்; என்னுடன் காட்டுப் பழங்களைச் சாப்பிட்டவள். குழப்பிக் கொள்ளாதே நயனானந்த, நீ கவிதைகளைத்தான் நேசித்தாய். **அஞ்சலி, நீ கவலைப்படும் அளவுக்கு இதில் ஏதுமில்லை.**

ஆனால் இப்போதும் நசுங்கிய உண்ணிச்செடிகளின் இலைகளிலிருந்து எனக்கு ப்ரியம்வதாவின் வாசனை வருகிறது. உங்களிடம் ஒன்றைக் கூற மறந்து விட்டேன். காஞ்சிரை மரத்தடியில் உண்ணிச்செடிப் புதரொன்று இருந்தது.

நான்கு

'அப்போ அண்ணாவுக்கு அஞ்சலி அண்ணிக்கிட்ட இருந்து எந்தவொரு இலையும் நசுங்கின வாசனை வரலையோ?'

'வருதே.'

'எந்த இலை நசுங்கின வாசம்?'

'அரத்தை'

வட அகலக்கோடு 5° 55' ற்கும் 9° 50' ற்குமிடையிலும், கிழக்கு நெடுங்கோடு 79° 42' ற்கும் 81° 52' ற்குமிடையிலும் வசிப்பவர்கள் நசுங்கின அரத்தை இலையின் வாசனையை நுகர்ந்திருப்பார்கள் என்று எனக்குத் தோன்றுகிறது. தவறாக எடுத்துக் கொள்ளாதீர்கள். அந்த உணர்வில் தாவரங்கள் மீதான நேசம்தான் இருக்கிறதே ஒழிய இனவாதம் இல்லை.

ஐந்து

அவ்வாறு ப்ரியம்வதா என்னிலிருந்து நழுவி நழுவி, விடுபட்டு விடுபட்டு தொலைவிலெங்கோ போய் சிக்கிக் கொண்டாள். ரோஹன விஜேவீர காஞ்சிரை மரத்திலேறி தனது துயரம் சொன்ன காலமும் கடந்து போனது. அவர் திரும்பவும் வரவேயில்லை. புத்தர் என்னைத் தவிர்த்து விட்டுப் போனார். பித்தோவன் என்னிடம் பலவந்தமாக சுருட்டுப் பெட்டியைத் தந்து விட்டு போனது போனதுதான். அவர் எனக்குள் எலீஸையும், வத்சலாவையும் ஓவியமாக வரையும் எண்ணத்தைத் தோற்றுவித்து விட்டு, அந்த ஓவியங்களை என்னிடம் எஞ்ச வைத்து விட்டுச் சென்றார். (உங்கள் பார்வைக்காக அவை கருப்பு வெள்ளையில் கடைசிப் பக்கங்களில் அச்சிடப்பட்டுள்ளன.)

தனது மனைவிக்குப் பிறந்த ஒரே மகனுக்கு வெஸ்ட் ரிஜ்வேயின் பெயர் சூட்டியது மனைவி டேஸியின் தேவைக்காக மாத்திரமே என்று கூறி எனது பீடிக் கட்டில் முக்கால் பாகத்தை புகைத்துத் தள்ளியவாறு சோலமன் டயஸ் பண்டாரநாயக்க வருத்தப்பட்டார். எனக்கு அம்மாவின் பெயர் சூட்டல் நினைவுக்கு வந்தது. டேஸியெனும் பெண்ணால் தனது மகனுக்கு வெஸ்ட் ரிஜ்வேயின் பெயரை சூட்ட முடிந்ததென்றால், இன்னொரு பெண்ணான சுமனாவதியால் தனது மகனுக்கு சமரதுங்கவின் பெயரைச் சூட்ட முடியாமல் போனதற்கு காரணம் என்ன?

'குழந்தையோட சிவப்பு நிறத்தைத்தான் என்னால தாங்கிக்க முடியாம இருந்துச்சு நயனாநந்த.'

'நீங்கள்தானே அவரை உங்க கல்யாணப் பதிவுக்கு கையொப்பம் வைக்கவும் கூப்பிட்டிருப்பீங்க?'

'யோவ்... கூப்பிட்டது நானில்ல. கிறிஸ்டோபர்.'

‘உங்களுக்கு அது கூட தெரியலையா?’

‘எல்லாம் தெரிஞ்சுக்கிட்டுத்தான் கட்டிக்கிட்டேன் ஓய். குழந்தையைக் காணும்போதுதான் எனக்கு கோபம் உச்சிக்கேறுது.’

‘ஐய... அதைப் பார்த்து சந்தோஷப்படுங்க. அவர் ஆளுநர்தானே.’

இலங்கையின் முன்னாள் பிரதமர் எஸ்.டபிள்யூ.ஆர்.டீ பண்டாரநாயக்கவின் அப்பாவான சோலமனும் மீண்டும் காஞ்சிரை மரத்துக்கு வரவேயில்லை. எனது பீடிக் கட்டு எனக்குப் போதுமானதாக இருந்தது.

ஒன்று

பிரியம்வதா எனது விருப்பத்துக்குரிய காதலி. அவளே முதற்காதலி. உங்களிடம் எனது மூன்று காதலிகள் குறித்து முன்பே கூறியுள்ளேன். அதில் இரண்டாமவள் சேலை கட்டும் பெண்ணொருத்தி. எனக்கு அவளது பெயர் தெரியாது. நான் இதற்கு முன்னர் ஒரு தடவை அவளைப் பற்றி உங்களிடம் கூறியது உங்களுக்கு நினைவில்லையெனில் இந்தப் பக்கங்களுக்குள் ஒரு விரலை வைத்துக் கொண்டு இருபத்திரண்டாம் பக்கத்தைப் புரட்டிப் பார்த்து விட்டு மீண்டும் இந்தப் பக்கத்திற்கு வாருங்கள்.

அவளுடனான காதல் தெட்டத் தெளிவாக இருதலைக் காதல் என்ற போதிலும், அவள் காதலித்தது மர்ஸூபிளாமி கார்ட்டூனில் வரும் பிரதான கதாபாத்திரமான மஞ்சள் நிற உடம்பில் புள்ளிகளைக் கொண்ட வானரமாக இருந்தது மாத்திரம்தான் வேறுபாடாக இருந்தது.

சேலை கட்டும் பெண்ணினதும், எனதும் (அதாவது மஞ்சள் நிற உடம்பில் புள்ளிகளைக் கொண்ட வானரத்தினதும்) காதல் கதையைச் சொல்வதற்கு முன்பு, நான் எப்போதாவது செய்து வரும் தொழிலைப் பற்றி உங்களுக்கு கொஞ்சம் தெளிவுபடுத்துவது பொருத்தமானது.

நகரத்தின் பல்பொருள் அங்காடி முகாமையாளரோ அல்லது தரகரோ வஜ்ரவின் கைபேசியில் என்னைத் தொடர்பு கொண்டு வரச் சொல்லும் நாட்களில் அவர்கள் தரும் ஆடையை அணிந்து கொண்டு அவர்கள் கூறும் இடத்தில் நிற்பேன். அதுதான் நான் கனவு கண்டுகொண்டிருந்த தொழிலும் கூட. நான் ஒரு மஸ்கோட் கலைஞர். எனக்கிருந்த சிறிய கனவுகளுக்குள் நிறைவேறிய சின்னஞ் சிறிய கனவுகளில் அதுவும் ஒன்று. அந்த வகையில் நான் ஒரு மகிழ்ச்சிகரமான தொழிலாளி. (தவறாக எடுத்துக் கொள்ளாதீர்கள். இதனால் நான் கூற வருவது, தொழிலாளியென்றால் அவர்

மகிழ்ச்சிகரமான தொழிலாளியாகத்தான் இருக்க வேண்டும் என்பதல்ல. மகிழ்ச்சிகரமான தொழிலாளிகளை உற்பத்தி செய்யும் ஒப்பந்தங்களை ஏற்றுக் கொண்டவர்கள் நிறையப் பேர் இருக்கிறார்கள். நான் அதைக் குறிப்பிடவில்லை.)

விசாலமான கார்ட்டூன் பொம்மையொன்றைப் போல ஆடை அணிந்து கொண்டு, விசாலமான நகரத்தின் மத்தியில் நின்று, பலவிதமான கை கால் அசைவுகளைக் காட்டியவாறு அனைவருக்கும் முன்னால் தோன்றும் சாகசச் செயலை அவ்வாறான நாட்களில் நான் மிக உற்சாகமாக அனுபவித்தேன். நான் நானல்லாத ஒருவனைப் போல என்னைப் பார்த்துக் கொண்டிருப்பவர்களைப் பார்த்துக் கொண்டிருக்கும் வியப்பு கலந்த சந்தோஷத்தை, எனது செயற்பாடுகள் அனைத்தினதும் பொறுப்பை கார்ட்டூன் பொம்மை மீது சுமத்தி விட்டு அவ்வாறான நாட்களில் நான் அனுபவித்துக் கொண்டிருப்பேன். அவ்வாறான ஒரு நாளில்தான் நான் சேலை கட்டிய பெண்ணைச் சந்தித்தேன்.

இந்தத் தொழில் கனவைப் போலவே, சேலை கட்டும், வளையல்கள் அணியும், உச்சியில் கொண்டை கட்டும், பத்து சத நாணயத்தைப் போன்ற அழகான முகம் கொண்ட பெண்ணொருத்தியைக் காதலிக்கும் கனவையும் நான் சிறிது காலம் கண்டிருந்தேன். அந்தக் கனவையும் நான் சில காலத்துக்கு நனவாக்கிக் கொண்டேன். உண்மையிலேயே அவள் பத்து சத நாணயத்தைப் போல அழகானவள்தான். ஆனால் பத்து சத நாணயத்தோடு எனக்கிருந்த ஆத்ம பந்தமானது, அவளால் சிதறடிக்கப்பட்ட காரணத்தால் நான் சேகரித்து வைத்திருந்த பத்து சத நாணயங்களையெல்லாம் வீசியெறிந்து அவளை மறந்து விடுவதைக் காட்டிலும் சிறப்பான ஒரு காரியம் என்னால் மேற்கொள்ளப்பட்டது. நான் அவற்றை அஞ்சலிக்குக் கொடுத்து மறந்து போனேன்.

சேலை கட்டிய பெண்ணோடு நடந்தது இதுதான்.

இரண்டு

நான், மர்ஸூபிளாமி கார்ட்டூனில் வரும் பிரதான கதாபாத்திரமான மஞ்சள் நிற உடம்பில் புள்ளிகளைக் கொண்ட வானரமாக ஆடையணிந்து கொண்டு மக்கள் திரளின் நடுவே ஆடி அசைந்து கொண்டிருந்தேன். அவள் மக்கள் திரளின் நடுவே நடந்து வந்தாள். நான் பதினோராம் வகுப்பில் வைத்து வரைந்த ஓவியத்திலிருந்த சேலை கட்டிய பெண்ணைப் போலவே இருந்தாள் அவள். உச்சியில் கொண்டை கட்டியிருந்த அவள் புன்னகைத்துக் கொண்டேயிருந்தாள். நீர்த்துளி வடிவங்களிட்ட நீண்ட கையுள்ள சட்டை. நீண்ட முந்தானை கொண்ட இளம் வர்ணச் சேலை. மெடில்டாவுடையது போலவே காதருகே இருந்து கன்னத்தைத் தொடும் சுருண்ட முடிக் கற்றை. (பதினோராம் வகுப்பில் வைத்து வரைந்த அந்த ஓவியம் உங்கள் பார்வைக்காக கடைசிப் பக்கத்தில் அச்சிடப்பட்டுள்ளது.)

என்னைக் கண்டு அவள் நின்று விட்டாள். சிரித்துக் கொண்டே என்னிடம் வந்தாள். நான் குனிந்து அவளுக்கு வணக்கம் வைத்தேன். அவளும் குனிந்து பதில் வணக்கம் தெரிவித்தாள். நான் அவளைச் சுற்றி அசைந்தசைந்து பழைய பாடகர் எம்.எஸ். ஃபெர்னாண்டோவைப் போல நடனமாடினேன். அவளும் அந்த மக்கள் திரளின் மத்தியில் கொஞ்சம் கூட கூச்சப்படாமல் நான் ஆடியதைப் போலவே ஆடினாள். நான் பரவாயில்லை. எனது முகமென்றால் எவருக்கும் தென்படாது. ஆகவே நான் மனம்போன போக்கிலெல்லாம் ஆடிக் கொண்டிருந்தேன். ஆனால் அவளது முகத்தில் எவ்வித முகமூடியும் இருக்கவில்லை.

பெரியவர்கள் எவரும் எம்மைப் பொருட்படுத்தவேயில்லை. சிறுவர்கள் நின்று எம்முடன் சேர்ந்து ஆட முற்படுகையில் தாய்மார்கள் அவர்களைக் கையோடு இழுத்துக் கொண்டு போனார்கள். சேலையணிந்து உச்சியில் கொண்டை கட்டி

வளையல்கள் இட்டிருந்த அந்தப் பெண் எனது கையைப் பிடித்துக் கொண்டாள். நான் வளி மண்டலம் வரைக்கும் மிதந்து சென்றேன். அவள் எனது கையைப் பிடித்துக் கொண்டு நட்ட நடு நகரத்தில் ஆடிக் கொண்டிருந்தாள். நான் சற்றுத் தயங்கி விட்டு மீண்டும் ஆடத் தொடங்கினேன்.

'என்னோட வீட்டுக்குப் போவோமா?'

நான் வளி மண்டலத்திலிருந்து தரை மீண்டேன்.

'இங்க பக்கத்துலதான். டவுன்லேயேதான். அதோ அந்த தெருவால திரும்பியதுமே பார்வைல படுற தூரத்துல...'

வாய் முழுவதும் சிரிப்போடு அவள் ஆடியாடி எனது கையைப் பிடித்து இழுத்தவாறே என்னை அழைத்துக் கொண்டிருந்தாள். நான் வளி மண்டலத்தின் மிகவும் கீழேயுள்ள அடுக்கில் அதாவது அடிவளி மண்டலம் வரைக்கும் அவளுடன் அவள் இழுக்கும் திசையில் மிதந்து கொண்டிருந்தேன். அவள் ஆடிக் கொண்டே போய்க் கொண்டிருந்தாள். அப்போதென்றால் பெரியவர்கள், சிறுவர்கள் என அனைவருமே எம்மைப் பார்த்துக் கொண்டிருந்தார்கள். சிறுவர்கள் என்னையும், பெரியவர்கள் அவளையும் பார்த்துக் கொண்டிருந்தார்கள்.

'இதுதான் எங்க வீடு'

அவள் நுழைவாயிலைத் திறந்து என்னை முற்றத்துக்கு அழைத்துச் சென்றாள். எனக்கு மா மரத்தடியைக் காட்டி அங்கே அமர்ந்து கொள்ளுமாறு கூறிய அவள் அந்த மரத்தின் கிளையொன்றில் கட்டப்பட்டிருந்த ஊஞ்சலில் அமர்ந்து ஆடத் தொடங்கினாள்.

'உனக்கிது தேவையில்லைதானே? உன்னாலதான் கிளைக்குக் கிளை தாவ முடியுமே. மரத்தடி வசதிப்படலைன்னா மரத்துக்கு மேல ஏறி வசதியா உட்காந்துக்கோ.'

நான் மரத்தடியிலேயே அமர்ந்து கொண்டு ஊஞ்சலில் அவள் மேலும் கீழுமாக போகும் விதத்தைப் பார்த்துக் கொண்டிருந்தேன்.

'பசிக்குதா? வாழைப்பழச் சீப்பு ஒண்ணு இருந்துச்சு. இரு. எடுத்துட்டு வாரேன்.'

அவள் வீட்டுக்குள் ஓடிப் போய் ஒரு வாழைப்பழச் சீப்பை எடுத்துக் கொண்டு வந்தாள்.

'எல்லாத்தையும் சாப்பிடு.'

'எல்லாத்தையும் என்னால சாப்பிட முடியாது.'

'அப்போ உனக்கு வேண்டிய மட்டும் சாப்பிடு.'

'வீட்டுல வேற யாரு இருக்கிறாங்க?'

'இந்த நேரத்துல நான் மட்டும்தான்.'

'நீங்க மொண்டசூரி டீச்சரா?'

'ஐயே... பைத்தியமா?'

'சேலை கட்டியிருக்கிறதால கேட்டேன்.'

'மொண்டசூரி டீச்சர்கள் மட்டும்தான் சேலை கட்டுவாங்களா?'

'எங்க வேலை செய்றீங்க?'

'அடடா... எனக்கு வேலை பார்க்கப் பிடிக்காது.'

'அப்போ சேலை உடுத்திருக்கீங்க?'

'அடடடா... வேலைக்குப் போறவங்க மட்டும்தான் சேலை உடுத்திப்பாங்களா?'

'நீங்க சும்மா பயணம் போறப்பவும் சேலைதான் கட்டுவீங்களா?'

'ஆமா... சேலை உடுத்திக்கத்தான் எனக்கு எப்பவும் பிடிக்கும்.'

'எனக்கும் பிடிக்கும்.'

'நான் வீட்டிலேயும் சேலைதான் உடுத்திட்டிருப்பேன்.'

'எனக்கு அதுவும் பிடிக்கும்.'

'என் புருஷன்னா என்னைப் பைத்தியம்னு திட்டிட்டே இருப்பார்'

'குழந்தைங்க இருக்காங்களா?'

'ஆமா. மொண்டசூரி போயிருக்கு. இன்னும் கொஞ்ச நேரத்துல கூட்டிட்டு வரப் போகணும். என்னோட மகனுக்கு உன்னைக் காண்பிக்கணும்.'

'ஐயோ மகன் வரும்வரைக்கும் என்னால இருக்க முடியாது. இப்பவே என்னைத் தேடத் தொடங்கியிருப்பாங்க.'

'அப்படீன்னா நான் மகனை அங்க கூட்டிட்டு வாரேன்.'

'அப்போ நான் போறேன்.'

'வா... போகலாம். நான் உன்னைக் கூட்டிக் கொண்டு போய் விடுறேன்.'

'இல்லல்ல... என்னால போக முடியும். இங்க பக்கத்துல தானே.'

'இல்ல... நான் எப்படியும் மகனைக் கூட்டிட்டு வர அந்த வழியாலதான் போகணும். வா... நாங்க ஆடிக்கிட்டே போவோம்.'

'ஐயோ ஆடிக்கிட்டெல்லாம் போக முடியாது.'

'ஆடிக்கிட்டுதானே வந்தோம்?'

‘அக்கம் பக்கத்துல இருக்குறவங்க உங்க புருஷன்கிட்ட சொல்லிடுவாங்க... அவர் உங்களைத் திட்டுவார்.’

‘எப்படியும் அவர் எல்லாத்துக்கும் திட்டிட்டேதான் இருப்பார். அதெல்லாம் இப்ப எனக்குப் பழகிப் போயிடுச்சு.’

அவள் காவடி ஆடுவதைப் போல வழி நெடுகவும் ஆடிக் கொண்டே வந்தாள். நான் வேகமாக அடியெடுத்து வைத்து விரைவாகச் செல்ல முற்பட்டேன். அவள் ஆடியாடி என் பின்னாலேயே ஓடி வந்தாள்.

‘நாளைக்கும் வருவியா?’

‘ஆமா.’

‘இங்க ஆடி முடிச்சிட்டு நாளைக்கு எங்க வீட்டுக்கு அந்தி நேரத்தில வர்றியா? அவசரமா கிளம்பிப் போகாம, ரொம்ப நேரம் இருக்க வரணும்.’

‘சரி. நாளைக்கு வேலை முடிச்சுட்டு வாறேன்.’

‘சில வேளை நீ இருக்கும்போது என்னோட புருஷன் வருவார். திடீர்னு கொஞ்சம் திட்டுவார். அதைக் கண்டுக்காம இருக்க உன்னால முடியும்தானே.’

‘ஓஹ்...’

‘ஓஹ் ன்னா?’

‘கண்டுக்காம இருக்க என்னால முடியும்.’

‘அப்போ, வா.’

‘புருஷன் எங்க வேலை பார்க்குறார்?’

‘பேங்கில.’

‘பேங்கில என்ன வேலை?’

'மேனேஜர்'

'நீங்க அவரை நேசிக்குறீங்களா?'

'ஐயோ இல்லை.'

'அவர் உங்களை நேசிக்குறாரா?'

'அதுவுமில்ல.'

'பிறகு?'

'பிறகென்ன நாங்க சந்தோஷமா இருக்கிறோம்.'

அவள் மீண்டும் என்னிடமிருந்து கற்றுக் கொண்ட எம்.எஸ். ஃபெர்னாண்டோ நடனத்தை ஆடத் தொடங்கினாள். நானும் எனது கடமையாக அவள் ஆட சற்று உதவினேன்.

'உங்களுக்கு லேட்டாகும். பிள்ளை பார்த்துக் கொண்டிருக்கும்.'

'ஐயோ இல்ல. நான் தாமதமாப் போறதுதான் அவனுக்குப் பிடிக்கும்.'

'ஏன் அது?'

'அவனுக்கு என்னை விட டீச்சரைத்தான் ரொம்பப் பிடிக்கும். நான் வரும் வரைக்கும் அவன் டீச்சரோட ஃபோனுல குண்டு விளையாட்டு விளையாடிட்டிருப்பான்.'

என்னைக் கூட்டிக் கொண்டு போய் அதே இடத்தில் விட்டுவிட்டு அவள் ஆடிக் கொண்டே போனாள். அன்று இரவு முழுவதும் அவள் அவ்வாறு எம்.எஸ்ஸின் தாளத்துக்கேற்ப ஆடிக் கொண்டேயிருந்தாள். நான் அடிவளி மண்டலத்தில் இருந்தவாறு இமை கொட்டாமல் அவளையே பார்த்துக் கொண்டிருந்தேன்.

மறுநாள் நான் வேலை முடிந்து மஞ்சள் நிற உடம்பில் புள்ளிகளைக் கொண்ட வானர உடையோடு அவளைத்

தேடிக் கொண்டு போனேன். அவள் பூச்செடிகளுக்கு தண்ணீர் ஊற்றிக் கொண்டிருந்தாள்.

'நீ வருவேன்னு எனக்குத் தெரியும். நீ வர்றதுக்கு முன்னாடி இந்த வீட்டு வேலை எல்லாத்தையும் முடிச்சிடணும்னுதான் உன்னக் கூட்ட வரல. இல்லேன்னா சௌ சௌ நீ இருக்கும்போதே என்னைக் கெட்ட வார்த்தையால அசிங்க அசிங்கமாத் திட்டுவார். அதைக் கேட்க எங்களுக்கு சங்கடமா இருக்கும், இல்லையா?'

'சௌ சௌ?'

'ஆமா.'

'யாரு?'

'யாரு?'

'சௌ சௌ?'

'ஆஹ்... புருஷன்.'

'இப்ப உங்க வேலையை எல்லாம் முடிச்சுட்டீங்களா?'

'ஆமா.'

'அவர் என்னைத் திட்டுவாரா?'

'யாரு?'

'சௌ சௌ?'

'ஆஹ்... அவருக்கு ஒண்ணு, நியூஸ் பார்க்க பிடிக்கும். ரெண்டு, கார்ட்டூன் பார்க்கப் பிடிக்கும். அதனால உன்னைத் திட்ட மாட்டார்.'

'அப்போ நேத்து நீங்க சொன்னீங்க என்னைத் திட்டுவார்னு?'

‘மர்ஸூபிளாமி கார்ட்டூன்ல வர்ற மஞ்சள் உடம்பில் புள்ளிகளைக் கொண்ட வானரத்தை எனக்கு ரொம்பப் பிடிக்கும் என்றதால பொறாமைல அவர் எப்படி நடந்துப்பாரோ யாருக்குத் தெரியும்?!’

‘மகன் எங்க?’

‘நீ வரப் போறதால நான் அவனை பக்கத்து வீட்டுல நடக்குற எலெக்யூஷன் கிளாஸுக்கு அனுப்பி வச்சேன்.’

‘ஏன் அவனுக்கு என்னைப் பிடிக்காதா?’

‘அப்படியெல்லாம் ஒண்ணுமில்ல.’

‘இனி நாங்க என்ன செய்யப் போறோம்? மகனோட விளையாடிட்டிருக்கலாம்னு நான் நெனச்சேன்.’

‘உனக்குக் களைப்பா இருக்கும் இல்லையா? நான் உனக்காக சாலட் ஒண்ணு செஞ்சிருக்கேன். அதை சாப்பிட்டுட்டு நாங்க ஒரு விளையாட்டு விளையாடுவோம்.’

‘நாங்களா?’

‘ஆமா.’

‘என்ன விளையாட்டு?’

‘என்கிட்ட பாம்பும் ஏணியும் பரமபத விளையாட்டு அட்டை இருக்கு. அது விளையாடினா உன்னோட களைப்பும் போயிடும்.’

அவள் எனக்காக பழக் கலவை சாலட் எடுத்துக் கொண்டு வந்து தந்தாள். அவள் அல்வாத் துண்டொன்றை சாப்பிட்டுக் கொண்டிருந்தாள். அவளது உதடுகளைச் சுற்றி வர அல்வாத் துகள்கள் பதிந்திருந்தன. அவள் அவற்றைத் துடைக்கக் கூட இல்லை. அல்வாத் துகள்கள் எம்மைச் சூழவும் உதிர்ந்தன. அவள் பாம்பும், ஏணியும் இருந்த அட்டையைப் பார்த்தவாறே தாயக் கட்டையை உருட்டி

உருட்டி அல்வாவை சாப்பிட்டுக் கொண்டிருந்தாள். நானும் சாலட்டை சாப்பிட்டேன். சாப்பிட்டுக் கொண்டே நாங்கள் விளையாடினோம். விளையாடிக் கொண்டிருக்கும்போது சௌ சௌ காரொன்றில் அங்கு வந்தார். அவள், அவரைப் பொருட்படுத்தாமல் தொடர்ந்தும் பரமபத விளையாட்டை விளையாடிக் கொண்டிருந்தாள். நான் ஓரக் கண்ணால் அவரைப் பார்த்தேன்.

'என்னது இது?'

'பார்த்தாத் தெரியலையா செல்லமே? இது, மஞ்சள் உடம்பில் புள்ளிகளைக் கொண்ட வானரம்.'

'எனக்குன்னா இதை பிடிக்கல. வாலால தாவுற வானரங்கள் ஒரு இடத்துலயும் இல்ல.'

'அதான். இதால மட்டும்தான் அது முடியும்.'

'எங்க வேலையை பாழ்பண்ணாம நீ இந்த விளையாட்டு முடிஞ்சதுமே போயிட்டேன்னா நல்லது. கார்ல கொஞ்சம் பழங்கள் இருக்கும். போறப்போ மகனுக்குக் கொஞ்சம் வச்சுட்டு உன்னோட பிள்ளைகளுக்கும் கொஞ்சம் பழங்கள் எடுத்துக்கிட்டு போ' என்று அவர் கோபமாகக் கூறியவாறே வீட்டுக்குள் சென்றார்.

அவள் தொடர்ந்தும் விளையாடிக் கொண்டேயிருந்தாள்.

'அவருக்கு தேநீராவது ஊற்றிக் கொடுக்கலையா?'

'இல்ல... அவர் சாராயம் குடிச்சிட்டு வந்திருப்பார். இப்ப போய்க் குளிச்சிட்டு திரும்பவும் குடிக்கத் தொடங்குவார்.'

'அவர் மகனைத் தேட மாட்டாரா?'

'இல்ல. மகன் தன்னோடதில்லன்னு அவர் நினைச்சுட்டிருக்கார்.'

'அவருக்கு பிள்ளை மேலயும் பாசம் இல்லையோ?'

‘அவருக்கு அவன் மேலதான் பாசம் அதிகம்.’

‘நீங்க அவரை சௌ சௌன்னு கூப்பிடுறது அவருக்குத் தெரியுமா?’

‘ஆமா.’

‘அவர் திட்ட மாட்டாரா?’

‘திட்டுவார். டொக்டர் டூலிட்டில் கார்ட்டூன்ல வர்ற டொக்டரா அவர் தன்னை நினைச்சுக்குறார். அவர் அதுல வர்ற சௌ சௌ மாதிரியிருக்கார்னு சொன்னா கோபப்படுறார்.’

‘ஒருத்தரை இப்படி கோபப்படுத்துறது சரியில்லைதானே?’

‘அவர் சௌ சௌ மாதிரிதானே இருக்கார். அதுக்கு என்னால எதுவும் செய்ய முடியாது. உன்னால நாளைக்கும் வர முடியுமா?’

‘உங்க புருஷன் திட்டுவார்.’

‘அது உண்மைதான். அவருக்கு உன்னைப் பிடிக்கல. நான் உன்னைப் பார்க்க டவுனுக்கு வர்றேன். நான் கடையால உனக்கொரு சாலட் வாங்கித் தாரேன்.’

‘எனக்கு சாலட் வேணாம். உங்களைப் பார்க்க முடிஞ்சாப் போதும்.’

‘ஏன் நீ என்னைப் பார்க்க விரும்புறாய்? உனக்கு நான் எந்தக் கார்ட்டூன் கதாபாத்திரம் போலத் தெரியுது?’

‘நான் ஸ்கூலுக்குப் போன காலத்துல உங்களைப் போல ஒருத்தர் என்னோட மனசுல இருந்தார்.’

‘நீ அந்தக் காலத்துல த பெயர்லி ஃபேமிலி கார்ட்டூன் பார்த்தியா?’

‘ஆமா. ஏன்?’

‘நான் அதுல வர்ற கரடி மாமி மாதிரி இருக்கேன்னு சௌ சௌ சொல்றார். அதுதான் உனக்கும் தோணியிருக்கும்.’

‘இல்ல. நீங்க அதை விடவும் அழகா இருக்கீங்க.’

‘ஐயையோ நிஜமாவா? நான் அந்தளவு அழகியில்லப்பான்னு சொல்வேன்னு இப்ப நீ எதிர்பார்க்கிறாய்தானே?’

‘இல்ல... நான் அப்படி நினைக்கல.’

‘நானும் அப்படியெல்லாம் சொல்ல மாட்டேன். சௌ சௌ தவிர மற்ற எல்லாருமே நான் அழகின்னுதான் சொல்றாங்க. எனக்கும் அது தெரியும். எங்க வீட்டுலயும் கண்ணாடி இருக்கே.’

‘நீங்க அழகின்றதால உங்கள நெறையப் பேர் நேசிக்குறாங்கன்னு நினைக்கிறேன்.’

‘ஆமா. நானும் கூடத்தான் நிறைய பேரை நேசிக்கிறேன் நான் அழகின்றதால.’

‘அப்படீன்னா?’

‘பொண்ணுங்க பசங்களைக் காதலிக்குறப்போ அவங்க உண்மையிலேயே காதலிக்கிறது தங்களோட உருவத்தைத்தான்.’

நடிகை ருக்மணி தேவி. எனக்கு அவள் பழைய நடிகை ருக்மணி தேவி போலத்தான் தென்பட்டாள். எனக்கு அவளது குரல் ருக்மணி தேவியுடையது போலவே கேட்டது. எனக்கு சற்று நேரத்துக்கு சுற்றி வர இருந்த உலகம் முழுவதுமே கருப்பு வெள்ளையில் தென்பட்டது. உண்மையில் அவளது புருவங்கள் ருக்மணி தேவியுடையதும், மெடில்டாவுடையதும் போலவே எனக்குத் தோன்றியது.

நான் திரும்பவும் எனது வீட்டுக்குப் போகும்போது உலகமானது கொஞ்சம் கொஞ்சமாக நிறம் பூசிக் கொண்டது.

மூன்று

மறுநாள் நகரத்திலிருந்த பல்பொருள் அங்காடிக்கு முன்னால் அவள் என்னைப் பார்க்க வந்தாள். வந்து வண்ணமயமாக ஆடினாள். சிவப்புப் பின்னணியில் செம்மஞ்சள் நிற சதுரங்கள் பரவியிருந்த சேலை நகரம் முழுவதும் அலையடிக்க ஆடினாள். உச்சியில் கட்டியிருந்த கொண்டை அசைந்தசைந்து அடுக்கு மாடிகளின் மேலாக மிதந்து மிதந்து சென்றது. அவளுடன் ஆடிக் கொண்டிருந்த போது அவளது ஏதோ ஒன்றோடு என்னுடைய ஏதோவொன்று பொருந்திப் போவது போலவே எனக்குத் தோன்றியது.

சௌ சௌ. அவளது கணவன். ஆனால் மகனின் தந்தையல்ல என்று அவன் கூறுகிறான். மகனின் மீது தாய்க்கு அந்தளவு அக்கறை இல்லை. ஆனால் கணவன் மகன் மீது அன்பாக இருக்கிறான்.

'எனக்கு திரும்பவும் அடுத்த கிழமைதான் வேலையிருக்கு.'

'சரி. பரவாயில்ல. நான் அடுத்த கிழமை உன்னைத் தேடிக் கண்டுபிடிச்சிடுவேன்,'

நான் அஞ்சலியை வரைந்தது போலவே அன்றிரவு சேலை கட்டிய பெண்ணையும் வரைய முயற்சித்தேன். ஆனால் அந்த உருவம் அவளின் உருவத்துடன் ஒத்துப் போகவேயில்லை. மறுநாள் விடிகாலையிலேயே நான் வஜ்ரவைத் தேடிப் போனேன்.

'சேலை கட்டிய, கொண்டை போட்ட, வளையலிட்ட பெண்ணொருத்தியை நான் சந்திச்சேன்.'

'அடடா... உன்னோட கனவுதானே அது. அருமைடா... பிறகு...? அவளுக்கும் உன்னைப் பிடிச்சிருக்குன்னு சொன்னாளா?'

'ஆமா.'

'அடப்பாவி...'

'அவளை வரைஞ்சு தர உன்னால முடியுமா?'

'நீ ஸ்கூலுக்குப் போன காலத்துலயும் அவளை வரைஞ்சாய் தானே?'

'ஆமா. எனக்கு திரும்பவும் அவளை வரையணும். இப்ப சந்திச்ச பெண்ணைப் போலவே.'

'அதான் ஃபோன் ஒண்ணு வாங்குன்னு நான் உனக்கு சொல்லிட்டே இருக்கேன். அது கையிலிருந்துச்சுன்னா நேரடியா அவளை ஃபோட்டோ ஒண்ணே எடுத்திருக்கலாம்ல.'

'அது சரியில்ல. அவளை ஞாபகப்படுத்திப் பார்த்துப் பார்த்து வரையுறதுதான் நல்லது.'

'சரி. அப்படீன்னா நீயே வரையேன். உன்னாலதான் வரைய முடியுமே.'

'நானும் முயற்சி செஞ்சு பார்த்தேன். என்னால அவளைப் போலவே வரைய முடியல. நேர்ல எவ்வளவுதான் அவள் சிரிச்சாலும் ஓவியத்துல திடீர்னு அவளோட சிரிப்பு அணைஞ்சிடுது. நேர்ல அவளோட விழிகள் எவ்வளவுதான் பூரிச்சிருந்தாலும் ஓவியத்துல திடீர்னு வாடிடுது.'

'நீ அதை வரைய முயற்சி செஞ்சு பார்த்தியா?'

'ஆமா.'

'உன் கனவுல இருந்த பெண்ணில்லைதானே ஓவியத்துல இருந்தவள்?'

'இல்ல. ஆனா பெரும்பாலும் அப்படித்தான் இருப்பாள்.'

'அப்படீன்னா நாங்க அவளைப் போல வரைவோம்.'

‘சரி. நான் உனக்கு அவள் எப்படியிருப்பாள்னு சொல்றேன். நான் சொல்ற மாதிரியே நீ வரை. நீ வரைஞ்சு முடிக்கிற வரைக்கும் நான் காத்திருக்கேன். அது நான் வரையுறது மாதிரிதான்.’

வஜ்ரவால் வேகமாக ஓவியம் வரைய முடியும். அவை எனக்கு மிகவும் பிடிக்கும். வஜ்ர உயர்தரப் பாடமாக சித்திரத்தைத் தேர்ந்தெடுத்திருந்தான். நான் உயர்தரத்திற்கு அழகியல் பாடங்கள் எவற்றையும் தேர்ந்தெடுக்கவில்லை. பதினோராம் வகுப்பு வரைக்கும் சங்கீதம் கற்றுக் கொண்டேன். ஆனால் ஓவியங்களும் வரைந்தேன். எமது பாடசாலை வாழ்க்கை முடிந்த பிறகும் வஜ்ர ஓவியங்கள் வரைந்தான். இலக்கு ஏதுமற்று அவன் வீட்டிலிருந்த நேரங்களிலெல்லாம் வெறுமனே ஓவியங்களை வரைந்து கொண்டிருந்தான். ஆனால் ஏதேனும் தேவைக்காக யாராவது ஓவியம் வரைந்து தரச் சொன்னால் வஜ்ர வாயைத் துடைத்துக் கொண்டு முகத்துக்கு நேராகவே முடியாது என்பான்.

‘பாவம்டா. அவங்களால வரைய முடியாததாலதானே உன்கிட்ட கேட்குறாங்க? உன்னோட திறமையைக் கொண்டு நீ மட்டும் திருப்தியடையப் பார்க்குறாய்.’

‘அதுதானேடா வேணும். இப்படியெல்லாம் வரைந்து கொடுக்கப் போனா தோரணங்கள் வரையவும், விகாரை போஸ்டர்கள் வரையவும், அரச மரத்துல கட்டப்படுற கொடிகளுக்கு எழுத்துக்கள் வரைஞ்சு தரச் சொல்லியும் ஒவ்வொருத்தரும் ஒவ்வொண்ணையும் எடுத்துட்டு வந்துடுவாங்க. ஆரம்பத்துலயே எல்லாத்துக்கும் முடியாதுன்னு சொல்லிட்டா லேசு.’

ஆனால் வஜ்ர எனக்கு மாத்திரம் முடியாது என்று கூறவே மாட்டான். நான் அந்த மாதிரி வேலைகளைக் கொண்டு வர மாட்டேன் என்பதை அவன் அறிவான். வஜ்ர சேலை கட்டும் பெண்ணை மிக அழகாக வரைந்து தந்தான். அவள், அவளைப் போலவே இல்லையெனினும் ஏறக்குறைய அவளைப் போலத்தான் இருந்தாள். எனக்கு அது போதும்.

அது அவள்தான் என்று ஏற்றுக் கொண்ட நான் அவளை சுவரில் ஒட்டி வைத்தேன்.

நீண்ட கழுத்து. பறவை இறகு போன்ற இமைகள். மெடில்டாவுடையவை போன்ற புருவங்கள். பூ இதழ்கள் போன்ற அதரங்கள். அச்சில் வார்த்தது போன்ற நாசி. உச்சந் தலையில் கட்டப்பட்ட கொண்டை. ஒல்லியான இரு கரங்கள். பளபளக்கும் மெல்லிய வளையல்கள். நெடிய விரல்கள். சிவந்த நகங்கள். கல் பதித்த திருமண மோதிரம். மெலிந்த சரீரம். பல வர்ணங்களிலான நீர்த்துளி வடிவங்கள் பதிப்பிக்கப்பட்ட சட்டை. முந்தானை தொங்கவிடப்பட்ட இள வண்ணச் சேலை. மிகவும் நேர்த்தியான தூய வெள்ளை நிறப் பல்வரிசை. பொலிவான சருமம். காதருகே இருந்து கன்னத்தைத் தொட்டுக் கொண்டிருக்கும் கூந்தல் கற்றை. வஜ்ர அவற்றை மிகவும் அழகாக வரைந்திருந்தான்.

வஜ்ரவால் வரையப்பட்ட அந்த ஓவியத்தை உங்களிடம் காட்ட முடிந்தால் நன்றாக இருக்கும். ஆனால் வஜ்ரவின் எதிர்பாராத மரணத்தோடு அதுவும் காணாமல் போயிற்று. அந்த ஓவியத்துக்கு என்ன நடந்ததென்று சுரங்கி மாத்திரமே அறிவாள். (வஜ்ரவின் மரணம் குறித்து பதற்றப்படாதீர்கள். அதைப் பற்றி பிறகு கூறுகிறேன்.) நான் வரையத் தொடங்கிய, சேலை கட்டிய பெண்ணின் முற்றுப் பெறாத ஓவியத்தை சுரங்கியின் கைபேசி மூலமாக புகைப்படம் எடுத்து நீங்கள் பார்ப்பதற்காக அது இந்தப் புத்தகத்தின் கடைசிப் பக்கங்களில் அச்சிடப்பட்டுள்ளது. (வஜ்ரவின் கோப்புகளிடையே நான் வஜ்ர வரைந்த ஓவியத்தைத்தான் தேடினேனே ஒழிய அதைப் பற்றி சுரங்கியிடம் விசாரிக்கவில்லை.) சுரங்கி எனப்படுபவள் வஜ்ரவின் கடைசி மனைவி.

நான்கு

ஒரு கிழமைக்குப் பிறகு பல்பொருள் அங்காடியின் முகாமையாளர் எனக்கு பிங்க் பெந்தர் கார்ட்டூன் கதாபாத்திரத்தின் ஆடையை அனுப்பி வைத்திருந்தார். நான் அதை அணிந்து கொண்டு அதே இடத்தில் நின்றிருந்தேன். அவள் வந்தாள்.

'மஞ்சள் உடம்பில புள்ளிகளைக் கொண்ட வானரம் எங்கே?'

'அதைத் திரும்ப ரொம்ப காலத்துக்கு உடுக்கக் கிடைக்காது. கிடைச்சாலும் இந்த இடத்துல நின்னுட்டிருக்க விட மாட்டாங்க.'

'ஐயோ... அப்போ நான் போறேன்.'

'வேலை முடிஞ்சு நான் வீட்டுக்கு வரட்டுமா?'

'வேண்டவே வேண்டாம். எனக்கு மஞ்சள் உடம்பில புள்ளிகளைக் கொண்ட வானரத்தை மட்டும்தான் பிடிக்கும்.'

அவள் என்னை முறைத்துப் பார்த்தவாறு போய் விட்டாள். நான் சற்று தூரம் வரைக்கும் அவள் பின்னாலேயே போனேன் என்றாலும் அவள் வேகமாக ஓடத் துவங்கியதால் நின்று விட்டேன்.

பின்னர் அவள் எனது பார்வையிலிருந்து மறையும் வரைக்கும் பார்த்துக் கொண்டேயிருந்தேன்.

காதல் ஊமையாகிப் போய் அழுகிறது
உனது இதயம் எனது இதயத்தை வதைக்கையில்
வாழ்க்கையில் பழகிப் போன தோல்விகளிடையே
எதுவும் பேசாமல் ஊமையாகிப் பார்த்திருக்கிறேன்
யார் நீ எனக்கு

அவள் எனது கனவிலிருந்த பத்து சத நாணயத்தைப் போல அழகான, சேலை உடுத்தும், வளையல்கள் அணியும், கொண்டை கட்டும் பெண். நான் அவளது மஞ்சள் உடம்பில் புள்ளிகளைக் கொண்ட வானரம்.

நான் அதுவரை காலமும் சேகரித்து வைத்திருந்த பத்து சத நாணயக் குற்றிகள் அனைத்தையும் நான் அஞ்சலியிடம் வைத்துக் கொள்ளக் கொடுத்தது அதன் பிறகுதான். சுவரில் ஒட்டியிருந்த அவளது ஓவியத்தை மிகக் கவனமாகக் கழற்றியெடுத்து திரும்பவும் வஜ்ரவிடமே கொடுத்து விட்டேன். வஜ்ர, தான் வரையும் ஓவியங்களை மிகவும் பத்திரமாக சேகரித்து வைத்திருந்தான். சேலை கட்டிய பெண்ணின் ஓவியத்தையும் அவன் வாங்கி கோப்பொன்றுக்குள் பத்திரப்படுத்தினான்.

அஞ்சலி, நான் அந்த ஓவியத்தை மீண்டும் பெற்றுக் கொள்ளவேயில்லை. மீண்டும் ஒருபோதும் அவளைச் சந்திக்கவும் இல்லை.

ஐந்து

எனது மூன்றாவது காதலியைக் குறித்து எதையும் எழுத நான் விரும்பவில்லை. எனக்கு அவளிடமிருந்து சாத்தாவாரிப் பூ வாசனை வந்ததை மாத்திரம் நான் உங்களிடம் மறைக்காமல் தெரிவித்து விடுகிறேன்.

ஒன்று

இனி, நான் அஞ்சலிகா பற்றி உங்களிடம் கூறுகிறேன்.

அஞ்சலி எனப்படுபவள் அஞ்சலி மாத்திரம் இல்லை. அஞ்சலி எனப்படுபவள், அஞ்சலியின் அம்மா, அஞ்சலியின் பறவை இறகுகள், நதிகள், ஓடைகள் என அங்குமிங்குமாக அவள் அலைந்து திரிந்து பொறுக்கிச் சேகரிக்கும் சிறிய கூழாங்கற்கள் மற்றும் ஒவ்வொரு வடிவத்திலான வித விதமான சரளைக் கற்கள், முற்றத்தைச் சுற்றி வர அவள் நட்டு வைத்துள்ள மூலிகைச் செடிகள், தோட்டத்தில் அவளின் மண்வெட்டி படாத இடங்களில் தாமாக வளர்ந்திருக்கும் பல்வேறு விதமான பன்னத் தாவரங்கள், அந்தச் சிறிய தோட்டத்துக்கு நிழல் தந்தவாறு அருகருகே வளர்ந்து ஒரு விசாலமான கூரை போல பரந்திருக்கும் பல்வேறுவிதமான மரங்கள், அவளின் வயதான முதிய நாய், கவுனுக்கு மேலால் அவள் அடிக்கடி சுற்றிக் கட்டிக் கொள்ளும் பூக்களிட்ட சீத்தைப் புடவை.

இவையனைத்தினதும் மொத்தம்தான் அஞ்சலி. இவற்றில் ஒன்றேனும் இல்லாவிட்டால் அது அஞ்சலியல்ல என்றே எனக்குத் தோன்றுகிறது.

அஞ்சலியின் வயதான முதிய நாய் விரைவில் மரித்து விடக்கூடும் என்று உங்களுக்குத் தோன்றக் கூடும். அது அவ்வாறுதான் ஆயிற்று. ஆனால், எனக்கு அஞ்சலி மீது காதல் போன்ற ஏதோ ஒன்று, தோன்றியும் தோன்றாமலும் பட்டும் படாமலும் வருவதற்கு சில காலத்துக்கு முன்புதான் அது அவ்வாறு நிகழ்ந்தது.

அஞ்சலியை எனது சகோதரியாக நான் மனதார ஏற்றுக் கொண்டிருந்த சமயத்தில், ஒரு நாள் அவன் (அந்த வயதான நாய்) செத்துப் போனான். அஞ்சலி மிகவும் அழுதாள். அவளுக்காக புதைகுழி தோண்டிக் கொடுத்தவன் நான்.

அது என்னால் எனது வாழ்நாளில் செய்யப்பட்ட வரலாற்று முக்கியத்துவம் வாய்ந்த ஒரு செயலாகும். அன்றைய தினத்தை நான் எனது நாட்குறிப்பில் குறித்து வைத்தேன்.

ஹீங்ஹாமி (அஞ்சலியின் வயதான முதிய நாய்) குழி பறித்து எப்போதும் உறங்கப் பழகியிருந்த இடத்தின் அருகில் அஞ்சலி தனியாக ஒரு புதைகுழியைத் தோண்ட மண்வெட்டியை உயர்த்துகையில் நான் அதை வாங்கியெடுத்து அவ்விடத்தில் ஒரு குழி தோண்டிக் கொடுத்தேன். ஹீங்ஹாமியைப் புதைத்த இடத்தில் அவள் இளஞ் சிவப்பு நிறப் பூக்களைத் தரக் கூடிய அலரி மரக் கிளையொன்றை நட்டாள். நான் மண்ணை அழுத்திக் கொடுத்தேன். ஹீங்ஹாமிக்கு மேலால் இருந்த மண்ணை மிதித்து அழுத்துவதை அவள் செய்யத் தயங்கியவாறே என்னைப் பார்த்ததால் அதை நான் செய்து கொடுத்தேன்.

நாங்கள் காதலிக்கத் தொடங்கியது அன்றுதான் என நீங்கள் நினைக்கக் கூடும். அவ்வாறில்லை. காதல் தோன்றுவது என்பது பிறப்பு, இறப்பு, பெண்கள் பூப்படைவது போல சட்டென்று ஒரு கணத்தில் நிகழ்வதாக இருப்பின் அப்படியும் நடக்கலாம். ஆனால் அது அவ்வாறில்லை. அவளைக் கண்ட முதல் நாளே நான் அவளை வரைந்தது ஏதோ ஒன்றிற்காகவேயன்றி அவ்வாறான ஒன்றுக்காக அல்ல.

ஹீங்ஹாமி மரித்துப் போன நாள் தொடக்கம் அந்த இளஞ்சிவப்பு அலரி மரக் கிளையானது தளிர் விட்டு வளரத் தொடங்கியதால் ஹீங்ஹாமி செத்துப் போகவேயில்லை. அஞ்சலி எப்போதும் அலரி மரத்தைச் சுற்றி நடமாடியவாறு ஹீங்ஹாமியுடன் உரையாடிக் கொண்டிருந்தாள்.

ஒரு நாள் அவள் நாய்க் குட்டியொன்றைத் தூக்கிக் கொண்டு எனது வீட்டுக்கு வந்தாள்.

‘நயன் எங்கே?’ என்று அவள் எனது தங்கையிடம் விசாரிப்பதைக் கேட்டு நான் முற்றத்துக்கு வந்தேன். அவள்

இரு கைகளாலும் அதைத் தூக்கிக் கொண்டு என்னையும், தங்கையையும் பார்த்துக் கொண்டிருந்தாள்.

'தெருவுல கிடந்துச்சு. ரொம்பப் பயந்து போயிருந்துச்சு. கையோடு எடுத்துட்டு வந்துட்டேன். நயன், ஒரு பெயர் வைக்குறியா?'

'பயந்து போயிருந்துச்சுன்னா பயப்படுபவள்னு அர்த்தம் வர்ற மாதிரி **சபீதா**ன்னு வைப்போம். சபீதான்னு ஒரு நடிகையும் இருக்கிறாதானே.'

'ஆமா. அவளோட சாயலும் இருக்கு இதுக்கு.'

தங்கையும் ஆமோதித்ததால் அவளால் அதற்கு முடியாது என்று சொல்ல இயலாமல் போன போதும், அவள் அதன் முகத்தைப் பார்த்தாள்.

'சபீதா மாதிரியா இருக்காள்?'

'ஆமா.'

தங்கையை விநோதமாகப் பார்த்தவள், அந்தப் பெயரை ஏற்றுக் கொண்டாள்.

'அந்தப் பெயரை அதுக்கு முன்னாடி கேள்விப்பட்டதுமில்ல. அதுக்குப் பிறகு யாரும் வைக்கவும் இல்ல. இனிமே அந்தப் பெயர் இதுக்குத்தான்னு நினைக்கிறேன்.'

'சபீதாவைக் கூட்டிட்டு வந்தாலும் நீ ஹீங்ஹாமியைக் கை விட மாட்டாய்தானே?'

'ஐயோ இல்ல நயன்.'

அஞ்சலி புன்னகைத்தவாறே சபீதாவையும் அணைத்துக் கொண்டு முற்றத்தை விட்டு விலகி நடந்தாள். என்னவோ காரணத்தால் சபீதா, அஞ்சலியின் ஒரு பாகம் என்று எனக்குத் தோன்றவேயில்லை. இருந்தாலும் சபீதா வளர வளர அடிக்கடி ஹீங்ஹாமி பறித்து வைத்திருந்த குழியிலே

போய் படுத்துக் கொண்டது. அது அந்தக் குழியைச் செதுக்கி, செப்பனிட்டு பராமரித்து வந்தது.

'அஞ்சலி பூப் போடாத சீத்தைத் துணி உடுத்தாதே.'

'இல்ல... பூப் போடாத சீத்தைத் துணியை நான் உடுத்த மாட்டேன்.'

'அஞ்சலி நீ பொறுக்கும் கற்களை பத்திரமா சேகரிச்சு வச்சுக்கோ.'

'ஆமா. நான் எல்லாத்தையும் பத்திரமா சேர்த்து வச்சிருக்கேன்.'

'பறவை இறகு எல்லாமும் இருக்குதானே?'

'ஆமா. நான் இன்னும் நிறைய தேடி எடுத்து வச்சிருக்கேன்.'

'பன்னத் தாவரங்களை வெட்டி அகற்றிடாதே.'

'ஐயோ மாட்டேன்.'

நான் கேட்டதற்கு அவள் பதிலளித்தாளே ஒழிய அவள் அவற்றைக் குறித்து ஆழமாக யோசிக்கவில்லை. அஞ்சலி இல்லாமல் போய் விடுவாள் என்பதற்கு அஞ்சியே நான் அவை அனைத்தையும் பாதுகாத்து வருவதை அவள் அறிய மாட்டாள். நான் அவற்றோடு புதிதாக இன்னுமொன்றையும் சேர்த்தேன். உங்களுக்கு அது நினைவிருக்கும். பத்து சத நாணயக் குற்றிகள். அஞ்சலியோடு பத்து சத நாணயங்களும் சேர்ந்தன. அஞ்சலி, **நிஜமாகவே பத்து சத நாணயம் போலவே அழகானவள் நீ.**

இரண்டு

உடல்நலம் குன்றியிருந்த அஞ்சலியின் தாத்தாவும் பாட்டியும் காலமானார். அந்த தாத்தா பாட்டி இருவரையும் நான் இருவராக அல்லாது ஒருவராகவே உணர்ந்தேன் என்பதனால்தான் காலமானார்கள் என்று குறிப்பிடவில்லை. அது, நான் கண்டிருந்த எனது ஊரின் கூன் விழுந்த மூத்த பரம்பரையொன்றின் கடைசித் துருப்பு. சிறு வயதில் நான் கண்டிருந்த கூன் விழுந்த தாத்தா, பாட்டிகள் எவரும் எனது ஊரில் இப்போது இல்லை. அது, அந்தக் காலத்தில் அவர்கள் ஈர்க்கில் குச்சி விளக்குமாறுகளால் குனிந்து குனிந்து கூட்டிப் பெறுக்கியது போல இந்தக் காலத்தில் எவரும் செய்வதில்லை என்பதனால்தான் என எனக்குத் தோன்றுகிறது.

'உங்களுக்கிருந்த பெரிய பிரச்சினை நான் ஜிஜேக்கா, ஸிஷேக்கா என்பதுதான்.'

காஞ்சிரை மரத்தின் மீது அமர்ந்து கொண்டு தோர பீடியொன்றைப் புகைத்துக் கொண்டிருந்த ஜிஜேக், தான் புகைத்துக் கொண்டிருந்த பீடித் துண்டை என்னிடம் நீட்டினார்.

'இல்ல. எனக்கு அப்படி எந்தப் பிரச்சினையும் இல்ல. உங்களை சிறிபாலன்னு கூப்பிட்டாலும் எனக்குப் பிரச்சினை இல்ல. எந்தப் பெயர் சொல்லிக் கூப்பிட்டாலும் அது உங்களைத்தான் என்பது விளங்கும் என்றால் எனக்கு அது போதும்.'

நான் பீடித் துண்டை வாங்கி புகைக்கத் தொடங்கினேன்.

'எங்க ஊராட்கள் என்னை என்ன பெயர் சொல்லிக் கூப்பிடுறாங்கன்னு உனக்குத் தெரியும்தானே?'

‘அது அந்த ரெண்டு பெயருமே இல்லையே ஐஸே. உங்களுக்குத்தானே இப்ப பெயர் ஒரு பிரச்சினையாகிப் போயிருக்கு. அது ஒரு பழைய கதை இல்லையா?’

‘இல்ல ஓய். எனக்கு இப்ப உன்கிட்ட பேசிட்டிருக்க வேற எதுவும் ஞாபகத்துக்கு வருதில்ல. காடு வா வாங்குற வயசுதானே இப்ப.’

‘அப்படீன்னா ப்ரியம்வதாவைப் போல வாயை மூடிட்டிருங்க.’

‘அது சரி வராதே.’

‘இப்ப பீடி ஒரு கட்டு நூற்றிருபது ரூவா. உங்ககிட்ட காசு இருந்ததா?’

‘நான் இவருக்குத்தான்னு சொன்னதும் கடையில சும்மா கொடுத்தாங்க.’

‘அப்போ நம்ம ஊர்க் கடை விமலா அக்காவா இருக்கும். உங்களைத் தெரியும்னு சொன்னாவா?’

‘இல்ல. அவளுக்கு உன்னைத் தெரியும்னு சொன்னா. எனக்கு உன்னைத் தெரியும்னு சொன்னேன்.’

‘அப்படீன்னா அவ அந்தக் காசை என்கிட்டத்தான் கேட்பா.’

புத்தகங்கள், பத்திரிகைகள், தொலைபேசி, இணையத் தொடர்பு எதுவுமே என்னிடம் இல்லாமலிருக்கும்போது தற்காலத்தின் மிக முக்கியமான மார்க்ஸியச் சிந்தனையாளரும், சமூக அரசியல் விமர்சகரும், தத்துவஞானியும், ஆய்வாளரும், நூலாசிரியருமான ஸ்லாவாய் ஜிஜெக்குக்கு என்னைத் தெரிந்திருப்பது உங்களுக்கு வியப்பூட்டக் கூடும். ஜிஜெக் இலங்கையில் இடதுசாரியைச் சேர்ந்த ஒருவரோடு இதுவரையில் மேற்கொண்டிருக்கும் ஒரே நேரடியான கொடுக்கல் வாங்கல், தங்கை கூறும் விதத்தில், அவரது த ரெலவன்ஸ் ஒஃப் த கம்யூனிஸ்ட் மெனிஃபெஸ்டோ

நூலை சிங்கள மொழிக்கு மொழிபெயர்த்த போது ஜிஜெக், தேவிந்த கோதாகொட உடன் சில தினங்கள் நடத்திய கலந்துரையாடல் மாத்திரம்தான். தனது முதலாவது சிங்கள மொழிபெயர்ப்பு நூலுக்கு ஜிஜெக் முன்னுரையும் வழங்கியிருந்த போதிலும், சுமித் தனது நூல்தான் முதலாவது என்று கூறியிருப்பதாக தங்கை ஒரு நாள் சொன்னாள். அந்த முதலாவது குறித்த பிரச்சினை, புத்தர் சொன்னது போல மொழிப் பிரச்சினை என்று நான் தங்கையிடம் கூறவில்லை. காரணம், எனது இந்த நூலை வாசிக்கப் போகும் அவள் எனது எளிமையான கூற்றை தீவிரமாக எடுத்துக் கொண்டு காத்திரமாக விமர்சிப்பாள் என்பது நிச்சயம் என்பதனாலும், அவ்வாறான வாதங்களில் ஈடுபடுவது எனக்கு சலிப்பைத் தரும் என்பதனாலும்தான்.

நிலைமை இவ்வாறிருக்கையில், காஞ்சிரை மரத்தின் மீது அமர்ந்து கொண்டு ஜிஜெக் என்னுடன் பீடி புகைத்தது எந்த அறிமுகத்தினால் என்ற பொறாமை கலந்த உங்கள் யோசனைக்கு என்னிடமிருக்கும் ஒரே உறுதியான பதில் என்னவென்றால், ஸ்லோவேனியாவில் பல்பொருள் அங்காடிக்கு முன்பாக நான் மஞ்சள் உடம்பில் புள்ளிகளைக் கொண்ட வானர உடையை உடுத்தியிருந்த வேளையில்தான் நான் ஜிஜெக்கை முதன்முதலாக சந்தித்தேன். பத்து சத நாணயத்தைப் போன்ற பெண்ணைப் போல அன்று ஜிஜெக்கும் என்னருகே வந்து என்னுடன் ஆடினார். நான் அவருக்குக் கொடுத்த தோரா பீடியானது எமது சிநேகத்தின் சுவையான சங்கேதம்.

'உங்க எழுத்துக்களையெல்லாம் என்னால வாசிக்க முடியலைன்னாலும் என்னோட ஆசைக்கு நான் நூலோட ஒரு பிரதியை தேவிந்தவிடம் அனுப்பி வைக்கச் சொல்லியிருந்தேன். அவங்க புத்தகத்தோட இதையும் அனுப்பியிருந்தாங்க. ஓவியர் சரித கெலும் கையால வரைஞ்ச ஒரு ஓவியம். இதெல்லாம் உங்களுக்குத்தான் பெறுமதியானதா இருக்கும்' என்று கூறியவாறே ஜிஜெக் காஞ்சிரை மரத்தின் மீதிருந்து கொண்டு தனது பையிலிருந்து

எடுத்து எனது கையில் திணித்த சுருட்டப்பட்ட அந்த ஓவியத்தின் புகைப்படமொன்றை நீங்கள் பார்க்கவென கடைசிப் பக்கங்களில் தந்திருக்கிறேன்.

எனது கதையில் ஒரு உருவமைப்பு இல்லை என்று சிலவேளை உங்களுக்குத் தோன்றக் கூடும். அரசன் செத்துப் போனான், அரசி செத்துப் போனாள் என்று சொன்னால் அதில் ஒரு கதை உருவமைப்பு இல்லை எனவும், அரசன் செத்துப் போனான், அந்தக் கவலையில் அரசியும் செத்துப் போனாள் என்றால் அதில் ஒரு கதை உருவமைப்பு உள்ளதாகவும் சில வேளை நீங்கள் கேள்விப்பட்டிருக்கக் கூடும். எனினும், அரசன் செத்துப் போன சோகத்தில் செத்துப் போகும் அளவுக்கு எந்த அரசியும் இருப்பது சாத்தியமில்லை என்பதால் கதை உருவமைப்பை எடுத்துக் காட்டப் பயன்படுத்தப்படும் இந்த இலகுவான உதாரணம் பொருத்தமற்றது. ஆகவே கதை உருவமைப்பு எனப்படுவது பொருட்படுத்தப்பட வேண்டிய ஒன்றல்ல என்றே எனது மனதில் பதிந்துள்ளது. எனது வாழ்க்கையில் நடைபெற்ற நிகழ்வுகளுக்கு காரண காரியத் தொடர்பு ஏதேனும் இருந்ததா என்பது குறித்து எனக்கு விளங்கவில்லை என்பதாலும், சிரமப்பட்டு அவ்வாறான ஒன்றைக் கட்டியெழுப்புவது சலிப்பைத் தரும் என்பதாலும் நான் நடந்தவற்றைக் கூறிச் செல்கையில் உங்களுக்குத் தேவைப்பட்டால் காரண காரியத் தொடர்புகளை நீங்களே கட்டியெழுப்பிக் கொள்ளலாம். எனினும் நீங்களும் கூட இந்த எழுத்தைக் குறித்து யோசித்து சிரமப்பட வேண்டியதில்லை என்பதோடு நீங்கள் அவ்வாறான ஒன்றுக்கு சிரமப்பட மாட்டீர்கள் என்பதையும் நான் அறிவேன்.

எனக்குக் கூறத் தோன்றியவற்றை மாத்திரமே இந்தக் கதையில் நான் கூறியிருக்கிறேன். நீங்கள் என்னைத் தனிப்பட்ட முறையில் அறிவீர்கள் என்றால் எனது வாழ்க்கையில் இதை விடவும் முக்கியமாக குறிப்பிட்டுச் சொல்லப்பட வேண்டியவை இருந்தன அல்லவா என்று உங்களுக்குத் தோன்றக் கூடும். என்ற போதிலும் அவற்றையெல்லாம்

ஒவ்வொன்றாகத் தேர்ந்தெடுத்து குறிப்பிட்டுச் சொல்வது எனக்கு அலுப்பைத் தரும் என்பதோடு அவசியமற்றது என்றே தோன்றுகிறது. நான் இவற்றையெல்லாம் எழுதி வைக்க நினைத்ததற்கு, அநேகமானவர்களுக்கு இருக்கக் கூடிய சுயசரிதையை எழுதி வைத்து விட்டுச் செத்துப் போகும் ஆசை ஒரு போதும் இல்லை என்பதோடு, ஆகவும் தொடக்கத்தில் குறிப்பிட்டுள்ள விதத்தில் ஒரு கட்டு பீடியையும், ஒரு கட்டு காரம்புல் கதிர்களையும் எனக்காக எடுத்துக் கொண்டு என்னிடம் வந்து விட்டுப் பிரிந்து சென்ற ப்ரியம்வதாவைக் குறித்து எழுதி வைக்க வேண்டும் என்பது மாத்திரமே காரணம் என்பதை மீண்டும் உங்களுக்கு நினைவுபடுத்துகிறேன்.

மூன்று

‘எங்க அம்மாவுக்கு இந்த வீட்டிலிருந்த பழைய சாமான்களை மட்டும் கொடுத்துட்டு காணி பூமி எல்லாத்தையும் உங்க அப்பாவுக்குத்தானே எழுதி வச்சிருக்காங்க. இப்போ வரைக்கும் விற்க முடிஞ்ச எல்லா சாமான்களையும் வித்துட்டோம். எதையாவது நட்டு பயிர் செஞ்சுக்க நயனோட காணித் துண்டொண்ணை கூலிக்கோ, குத்தகைக்கோ தர முடியுமான்னு அம்மா கேட்டாங்க.’

அஞ்சலி முற்றத்தின் நடுவே நிமிர்ந்து நின்று கொண்டு நேராகவே கேட்டாள். அவளுடன் சபீதாவும் வந்திருந்தாள்.

‘யார் பயிர் செய்யப் போறாங்க?’

‘நானும், அம்மாவும்.’

எமது உரையாடலை வீட்டினுள்ளேயிருந்து செவிமடுத்துக் கொண்டிருந்த அம்மா, குழம்பைக் கடைந்து கொண்டிருந்த அகப்பையையும் கையோடு எடுத்துக் கொண்டு அவளை அடிக்க ஓங்கியவாறே முற்றத்துக்கு வந்தாள். சபீதா குரைத்தாள்.

‘பொட்டை நாயே எங்க வீட்டு முற்றத்துல வந்து நின்னுக்கிட்டு எங்களுக்கே குரைக்குறியா? என்னடீ சொன்னாய்? அடக்க ஒடுக்கமா இருந்துகிட்டு இதுங்க ரெண்டும் போடுற ஆட்டத்தைப் பார்த்தியா மகனே? வந்துட்டாங்க இங்க காணி கேட்டுக்கிட்டு.’

‘அஞ்சலி காணி கேட்டு வரலம்மா. பயிர் செய்றதுக்குத்தான் கேட்குறாங்க.’

‘ஏன்டா, உன்னோட தாத்தா உன்னோட அப்பனுக்கு மாத்திரம்தான் காணிகளை எழுதி வச்சார்னு இவள் சொன்னது உனக்குக் கேட்கலையோ?’

‘தென்னம் ஆலைல இப்பல்லாம் வேலையே இல்ல நயன். தாத்தாவும், பாட்டியும் கடைசி காலத்துல ரொம்பக் கஷ்டப்பட்டாங்க. அவங்களோட கடைசி காலத்துல எங்க கையில காசே இருக்கல. சரியா சாப்பாடு கொடுக்கவோ, ஒழுங்கா மருந்து வாங்கிக் கொடுக்கவோ எங்களால முடியாமப் போயிடுச்சு. ஒழுங்கா மருந்தெடுத்துக் கொடுத்திருந்தா ஹீங்ஹாமி கூட இன்னும் கொஞ்ச நாள் உசுரோட இருந்திருக்கும். அம்மாவும், நானும் பட்டினி கிடந்துதான் தாத்தாக்கும், பாட்டிக்கும், ஹீங்ஹாமிக்கும் சாப்பாடாவது கொடுத்து வந்தோம்.’

‘பிசாசே நீ கூலிக்கு தைச்சுக் கொடுக்குறதும் நான் தையல் கத்துக் கொடுத்ததாலதான். நான் கத்துக் கொடுக்கலைன்னா உனக்கு இதையெல்லாம் கத்துக்க வழியே இருந்திருக்காதுன்றத மறந்துட்டியாடீ?’

‘கூலிக்கு தைச்சு வாங்கிக்க இப்ப ரொம்ப பேர் வாறதில்ல நயன். இப்ப ஊருல இருக்குற பொம்பளைங்க எல்லாரும் கடைகள்ல விக்கிற உடுப்புகளைத்தான் வாங்கி உடுத்திக்கிறாங்க. அம்மா பின்னுற ரேந்தையும் விற்க மாட்டேங்குது. என்னோட கால் நோவு காரணமா மெஷினை மிதிக்கிறதும் சிரமமா இருக்கு. அம்மாவுக்கு இந்த பரம்பரை வீட்டுலேருந்து கிடைச்ச மெஷின்தானே அது. பழசுன்றதால எப்பவும் உடைஞ்சு போயிடுது. மெஷினோட காலம் சரி நயன்.’

‘என்ன? நீ இப்போ என்னோட மகன்கிட்ட புது மெஷின் வாங்கித் தரச் சொல்றியாடீ?’

‘ஐயோ இல்ல நயன். தென்னை ஆலைல வேலையிருந்திருந்தா இந்தப் பயணமே வந்திருக்க மாட்டேன். நானும் அம்மா கூட ஆலைக்குப் போறதாத்தான் இருந்தேன். மாமாவும் இல்லாததால காணியெல்லாம் காடு மண்டிப் போயிருக்கு. நமக்கு பயிர் செய்ய ஒரு துண்டுக் காணியையாவது கேட்டுப் பார்க்கலாம்னு தோணித்தான் அம்மா விசாரிச்சுட்டு வரச் சொன்னா.’

‘டேய் பாரு. இவள் உன்னை தண்டச் சோறுன்னு குத்திக் காட்டுறாள். நீயும் கையைக் காலைச் சுருட்டிக்கிட்டு சோம்பேறியாவே இருந்து இன்னும் இவளுங்கக்கிட்ட இருந்து பேச்சு வாங்கிக்கோ. நாங்க திண்டு குடிச்சு ஜீவிக்குறது தேங்காயால கிடைக்கிற வருமானத்தைக் கொண்டுதானே ஒழிய இவன் நடு ரோட்டுல ஆடுற பொம்மை ஆட்டத்தால இல்லடீ.’

‘இப்படியெல்லாம் நடக்கும்னு தெரிஞ்சிருந்தா அம்மாவே வந்திருப்பாங்க நயன். கேட்டதும் தருவீங்கன்னு நினைச்சுத்தான் அம்மா என்னை அனுப்பி வச்சாங்க.’

‘கேட்ட உடனே கொடுக்குறதுக்கு சீதேவிங்கதானே நீங்க. மூதேவிங்க.’

‘போயிட்டு வரேன் நயன்.’

சபீதா தொடர்ந்தும் குரைத்துக் கொண்டேயிருந்தாள். சபீதாவைத் தூக்கி இடுப்பில் வைத்துக் கொண்ட அஞ்சலி திரும்பிப் பார்க்காமல் நடக்கத் தொடங்கியிருந்தாள்.

‘அஞ்சலி அந்தியானதும் நான் உன்னோட வீட்டுப் பக்கமா வாறேன்.’

‘எதுக்கு நோஞ்சானே நீ அங்க போகணும்? சொந்தத்தைப் புதுப்பிக்கப் போறியோ?’

அன்று தங்கை வீட்டில் இருக்கவில்லை. நான் மாலை வேளையில் அஞ்சலியின் வீட்டுக்குச் சென்றேன்.

‘ஐயோ நயன். என்னோட கால்கள் ரெண்டும் நடுங்கிட்டே இருந்துச்சு. சபீதா இருந்ததாலதான் விழாம நின்னுட்டிருந்தேன். இப்ப மயங்கி விழுந்துடுவேன், இப்ப மயங்கி விழுந்துடுவேன்னு பயத்துல நடுங்கிட்டிருந்தேன்.’

‘அப்பா தன்னோட எல்லா சொத்துக்களையும் என்னோட பேர்லயும், தங்கச்சியோட பேர்லயும்தான் எழுதி வச்சிருக்கார்.

அம்மா பேர்ல எதுவுமே இல்ல. அதான் அம்மா இவ்ளோ பயப்படுறா.'

அம்மாவின் முன்னால் அஞ்சலியைக் காப்பாற்றாத நான் அவளின் வீட்டுக்குப் போயும் அம்மாவை நியாயப்படுத்தும் வெட்கங்கெட்ட முயற்சியில் ஈடுபட்டிருந்தேன். தங்கை இருந்திருந்தால் அவளது நடவடிக்கை இதற்கு முற்றிலும் மாற்றமானதாக இருந்திருக்கும்.

'நானும், தங்கச்சியும் கலந்து பேசி அஞ்சலிக்கு ஒரு காணியை எழுதித் தந்துடறோம் அத்தை. தங்கச்சி மாட்டேன்னு சொல்ல மாட்டா. அப்பா ஊருக்கு வந்த பின்னாடி வாங்கிப் போட்ட காணியும் அப்படியே காடு மண்டிப் போய்க் கிடக்கு பெரியம்மா செத்துப் போனதுக்குப் பிறகு.'

'அங்க இருக்குற வீட்டுலதான் உங்க மாமா இருக்காரே மகனே.'

'மாமாக்கு சாப்பாடெல்லாம் நான்தான் கொண்டு போய்க் கொடுக்குறேன் அத்தை. மாமாவைப் பற்றி எனக்குத் தெரியும். பயிர் செய்வீங்கன்னா அத்தைக்கும், அஞ்சலிக்கும் அங்க தங்கிக்கவும் இடம் கொடுப்பார். மாமாவுக்கு விவசாயம் செஞ்சு பழக்கமில்லைதானே.'

'உங்க அம்மாவோட இடத்தை வித்ததுல கிடைச்ச காசுலதானே அந்தக் காணி வாங்கப்பட்டிருக்கு மகன்?'

'பம்பலப்பிட்டில அவ்வளவு பெரிய இடம் இருக்கல அத்தை. டவுன்ல என்றதால வீட்டையும், காணியையும் நல்லொரு விலைக்கு விற்க முடிஞ்சிருக்கு. அதுவும் அம்மாவுக்கு மாத்திரம் உரித்தானதா இருக்கலையே. பெரியம்மாவுக்கும், மாமாவுக்கும் பங்கு இருந்துச்சு. வித்த காசுல பெரிய தொகை மெடில்டா வாங்கியிருந்த கடன்களைக் கொடுத்தே தீர்ந்து போயிருக்கு.'

'பாட்டியை இப்படி பெயர் சொல்லிக் கூப்பிடக் கூடாது நயன்.'

‘மகன் அப்போ தங்கச்சியோடு கதைச்சுப் பாருங்க.’

‘ஐயையோ வேணாம் நயன். எப்பவாவது ஆலையைத் திறப்பாங்கதானே. சபீதாவைப் பட்டினி போடுறதுதான் கவலையாக இருக்கு.’

‘சாப்பாட்டுக்கே வழியில்லைன்றத அஞ்சலி முன்னாடியே சொல்லியிருந்தா நான் முடியுமான நேரங்கள்ல ஏதாவது எடுத்துட்டு வந்து கொடுத்திருப்பேன்தானே.’

‘அந்த பொம்மை உடுப்பை உடுத்துக்கிட்டு கடும் வெயில்ல புழுக்கத்துக்கு மத்தியில நின்னுட்டிருக்குறது எவ்வளவு கஷ்டமா இருக்கும் நயன்.’

‘அது எனக்குப் பிடிச்சிருக்கு அஞ்சலி. நீயும் ஒரு நாளைக்கு என்கூட வா. நான் துணிப் பொம்மைகளை மொத்தமா வாங்கிட்டு வந்து தெருவோரத்துல வச்சு விற்கவும் நினைச்சுட்டிருக்கேன்.’

நாமிருவரும் ஒன்று என்பதை அவ்வேளையில் எமக்கு உணர்த்தியது போல ஏதோவொன்றை உணர்ந்தேன். எம்மை ஒன்றாக கருதச் செய்த அந்த மூல காரணம் வறுமை என எனக்குத் தோன்றுகிறது. ‘அரசாங்கம் எமது படுக்கைக்கே வந்து விட்டது அஞ்சலி.’

‘அந்தக் காணி, பரம்பரை வீட்டை விட்டு கொஞ்சம் தொலைவாக இருக்குறதால அம்மாவுக்கு எப்பவும் அதுல தலையிட்டுட்டு இருக்க முடியாது. ஊராட்கள்னா எப்படியும் வத்தி வச்சிடுவாங்க. அதுக்கப்புறம் கொஞ்ச காலத்துக்கு திட்டிக்கிட்டு இருந்துட்டு அமைதியாகிடுவா.’

‘காணியை எங்களுக்கு எழுதித் தராமலேயே இதைச் செய்யலாமே மகன்.’

‘அப்போதான் தேங்காய் வருமானத்தையும் உங்களுக்கே எடுத்துக்கலாம் அத்தை. அத்தோடு அம்மா துரத்தினாலும் போகாமலிருக்குற தைரியத்தை, இப்படி எழுதித் தாறது

தரும், இல்லையா? தங்கச்சி கெம்பஸுக்கு போய் படிச்சு தொழிலொண்ணு தேடிக்குவா. நாங்க மாமா இருக்குற காணியில பயிர் செஞ்சு பத்திரமாப் பார்த்துக்குவோம்.'

'தங்கச்சியையும் பத்திரமாப் பார்த்துக்குவோம் மகன்.'

நான்கு

ஒரு மாதத்துக்குப் பிறகு நானும், தங்கையும், மாமாவும் கலந்து பேசி மாமா வசித்து வந்த காணியை அஞ்சலியின் பெயருக்கு எழுதிக் கொடுத்தோம்.

காணியைப் பதிவு செய்யத் தேவைப்பட்ட பணத்துக்கு நான் மாமாவின் காணியிலிருந்த பலா மரத்தை விற்றேன். பதினேழாம் பக்கத்தில் என்னால் குறிப்பிடப்பட்ட என்னைக் கவலைக்குள்ளாக்கிய பலா மரம் அதுதான். பலகை முதலாளி மரத்தைப் பார்த்து விட்டுச் சொன்னது இதுதான்.

'இந்த மரத்துக்கு கண்ணேறு பட்டிருக்கு. உள்ளே நல்லா செல்லரிச்சுப் போயிருக்கு. இந்த மரத்தோட எல்லாத் துண்டாலயும் பலகை கிழிக்க முடியாது நயனாநந்த. வேணும்னா பத்தாயிரம் ரூவா தரலாம்.'

ஆகவே நான் இருபதாயிரம் ரூபாய் பெறுமதியான மரத்தை பத்தாயிரம் ரூபாய்க்கு விற்றேன்.

'இந்த மரம் இதை விடவும் எவ்வளவோ பெறுமதியானது மகன். இதுலேருந்து இந்த ஊர்ல இருக்குற எல்லாருமே காயும், பழமும் சாப்பிட்டிருக்காங்க. கூலி வேலை எதுவும் கிடைக்காத நாட்கள்ல ஊருல இருக்குறவங்க இந்த மரத்தைத்தான் தேடி வருவாங்க. உங்க அம்மா கூட இந்த மரத்துலருந்து எவ்வளவோ காயும், பழமும் பறிச்சு உங்க வயிறுகளை நிரப்பியிருக்கா. ஆலமரம் விழுந்ததுக்குப் பிறகு எவ்வளவோ காலம் சும்மா இருந்த எனக்கு புல்லாங்குழல் இசைக்கத் தோணியது இந்த மரத்தடியில் இருந்தப்பதான். இதோட குளிர்மையான நிழல் மட்டுமே அந்தத் தொகையை விடவும் பெறுமதியானது மகனே.'

'இந்தக் காணியை எழுதிக் கொடுக்கத் தேவையான பணத்துக்கு வேறெங்க நான் போவேன் மாமா? இந்த நாட்கள்ல

பொம்மையாட்டமும் இல்ல. துணிப் பொம்மைகளை வாங்கி விற்க பணம் தேடிக்கவும் முடியாமப் போச்சு. ஆலைல வேலை தொடங்கினாலும் கூட அத்தையால இப்ப எல்லாம் வேலை செய்ய முடியல. ரெண்டு கிலோமீற்றர் தூரம் அஞ்சலியும் காலை இழுத்திழுத்து ஆலைக்கு நடந்து போறது எப்படி? எனக்கு வேற வழியிருக்கல மாமா.'

'ஐயோ... கவலைப்படாதே மகனே. நான் ஒரு பேச்சுக்கு சொன்னேன். இப்ப இந்த இடம் நல்ல வெளிச்சமா இருக்கு. நமக்கு நல்லா மரவள்ளி நட்டு பயிர் செய்யலாம். சுற்றி வர இருக்குறவங்களுக்கும் எனக்கு மரவள்ளிக் கிழங்கு கொடுக்கலாம்.'

சிங்கள மொழிப் பாடத்தின் போது நான் கற்றறிந்திருந்த 'தூக்கியெறியும் தண்டு கூட முளைத்து விடும் எனது தாய் மண்' குறித்து, விவசாயப் பாடத்தின் போது நான் விவரமாகக் கற்றுக் குழம்பிப் போயிருந்தேன். அப்போதெல்லாம் இலங்கையைக் குறித்து கட்டுரை எழுதிய ஒவ்வொரு தடவையும் மரவள்ளித் தண்டுகள்தான் எனக்கு நினைவுக்கு வந்தன.

ஐந்து

அஞ்சலிக்கு காணியை எழுதிக் கொடுத்த செய்தி அம்மாவை மெதுமெதுவாக எட்டியது. கோபத்தில் அம்மாவின் உயிர்நாடி வெடித்துவிடக் கூடும் என்றுதான் நாங்கள் கருதியிருந்தோம். ஆனால் அதற்குப் பதிலாக அம்மா எமது உயிர்நாடிகள் வெடித்துப் போகும் விதமாக செயற்பட்டாள். பரம்பரை வீட்டுக் காணியின் நான்கில் ஒரு பாகம் முழுவதுமாக அடர்ந்து உயர்ந்து வளர்ந்து நிழல் தந்து கொண்டிருந்த மஹோகனி தோட்டத்தை ஒரு நாளைக்குள் வெட்டி விற்க ஏற்பாடு செய்திருந்தாள் அம்மா. அந்தப் பணத்தை அவள் சமரதுங்கவுக்குக் கொடுத்து விட்டதாக தைரியமாகவும், மிகுந்த உற்சாகத்தோடும் சொன்னாள்.

சமரதுங்க. உங்களுக்கு அவரை நினைவிருக்கக் கூடும். அவர் எனது தந்தை. அம்மாவை கர்ப்பமாக்கியவர். அவளைக் கர்ப்பிணியாக்கி விட்டு ஓடிப் போனவர். மஹோகனி தோட்டத்தை வெட்டி விற்று அந்தப் பணத்தை சமரதுங்கவுக்குக் கொடுத்தது மாத்திரமல்லாது அம்மா சமரதுங்கவை எமது வீட்டுக்கே கூட்டிக் கொண்டு வந்தாள். எனது தந்தை, எனது அப்பாவின் வீட்டில் குடியேறினார்.

அவ்வேளையில் எனது அப்பா காலமாகி சில வருடங்கள் கழிந்திருந்தன. அப்பா நெஞ்சு வலியால் செத்துப் போனார். ஆனால் அதைக் குறித்தும் ஊரார் ஓரோர் கதைகளைச் சொல்லிக் கொண்டிருந்தார்கள்.

ஆறு

சமரதுங்க எமது வீட்டுக்கு வருவதைக் குறித்து நானோ, தங்கையோ கிஞ்சித்தும் அறிந்திருக்கவில்லை. தங்கை அன்று வீட்டிலிருக்கவும் இல்லை. நான் வஜ்ரவிடமிருந்து வாங்கிக் கொண்டு வந்திருந்த அவனது ஓவியத் தொகுப்பைப் பார்த்துக் கொண்டிருந்தேன். நீர் வர்ணத்தினால் வரையப்பட்டிருந்த ஒரு ஜோடி நரிகள், மயிலும் வெள்ளாமையும், தூண்டிலிடும் மீனவர்கள் இருவர், நாட்டியக் கலைஞர் ஒருவர், பாம்பாட்டி மற்றும் மிளகாய்களைக் காய வைக்கும் பெண் ஆகியோர் அந்த ஓவியங்களில் இருந்தார்கள். தொகுப்பின் கடைசியில் வெற்றுப் பக்கங்களும் இருந்தன. வஜ்ர அந்தக் கால கட்டத்திலும் வரைந்து கொண்டுதான் இருந்தான். நான் அவன் வரைந்த ஓவியங்களில் எனது பார்வையைச் செலுத்திக் கொண்டிருந்த வேளையில் அருகில் வந்த அம்மாவிடமிருந்து சவர்க்கார வாசனை மேலெழுந்து வந்தது. அம்மா இன்று முழு சவர்க்காரக் கட்டியையும் பூசிக் கரைத்தே முடித்திருப்பாள் போல.

நான் அவளை ஏறிட்டுப் பார்த்தேன்.

'எங்க போகப் போறீங்க?'

'எங்கேயுமில்ல.'

அம்மா பயணங்கள் போகும்போது உடுத்தும் விதத்தில் சட்டையும், குட்டைப் பாவாடையும் அணிந்து கூந்தலை அவிழ்த்து விட்டிருந்தாள். கால்களில் மயிர்கள் மழிக்கப்பட்டிருந்தன.

'அம்மா என்னோட ரேஸரையா எடுத்தீங்க?'

'எனக்கெதுக்கு உன்னோடது? நான் சந்திக் கடையால லேடீஸ் ஒண்ணு வாங்கிக் கொண்டு வந்து வச்சிருக்கேன்.'

நான் ஓவியத் தொகுப்பைப் பார்த்துக் கொண்டிருக்கையில், அம்மா தெருவையே பார்த்துக் கொண்டிருக்கையில் அந்தப் புதியவர் வந்தார்.

'அம்மா யாரோ இந்தப் பக்கமா வாறாங்க இல்லையா?'

அம்மாவுக்கு அந்த வருகை எதிர்பாராத ஒன்றாக இருக்கவில்லை. அந்தப் புதியவரை வெகுகாலத்துக்குப் பின்னர் சந்திப்பதாகவும் இருக்கவில்லை. அம்மா அவளுக்கு மிகவும் நெருக்கமானவரைப் போல அவரை வரவேற்றாள். அவரது கையில் பழங்காலத்து சூட்கேஸ் பெட்டியொன்று இருந்தது. அம்மா என்னை ஏறிட்டுக் கூடப் பார்க்காமல், புதியவரை அவளின் அறைக்கே நேராக அழைத்துக் கொண்டு போனாள். அதாவது, கையோடு கூட்டிக் கொண்டு போனாள். அவருக்கு என்னைப் பார்க்க கணப்பொழுதேனும் அம்மாவால் சந்தர்ப்பம் வழங்கப்படவில்லை. அம்மாவின் அறை வாசலின் கட்டங்களிட்ட திரைச்சீலையிலிருந்து பார்வையை அகற்றிய நான் அந்த நரி ஜோடிகளை பார்த்து ரசிக்க ஆரம்பித்தேன்.

சிறிது நேரம் கழித்து அவர்கள் இருவரும் என்னருகில் வந்தார்கள்.

'மகன், இவர்தான் சமரதுங்க. இந்தப் பெயரை நீ அப்பப்ப கேள்விப்பட்டிருப்பாய்.'

புதையலைத் தோண்டித் தோண்டி சோர்ந்திருந்தவருக்கு புதையல் கிடைத்தது போன்ற பிரகாசத்தோடு சமரதுங்க என்னையே பார்த்துக் கொண்டிருந்தார். அவர் எதுவும் பேசாமல் எதையோ கூற முற்பட்டு எதையும் தெரிவிக்காத புன்னகையோடு பார்த்திருந்து விட்டு எனதருகில் அமர்ந்து கொண்டார். எனக்கு அவரைக் கூர்ந்து பார்க்கத் தேவையாக இருந்தது. எனினும் நான் நாட்டியக் கலைஞரைப் பார்த்துக் கொண்டிருந்தேன்.

'ரெண்டு பேரும் பேசிட்டிருங்க. நான் தேத்தண்ணி ஊத்தி எடுத்துட்டு வாரேன்.'

'தூரத்துலருந்து வந்திருக்கார்ல அம்மா. பசியா இருப்பார்' என்று நான் நாட்டியக் கலைஞரிடம் கூறினேன்.

'வழியில சாப்பிட்டுட்டு வந்தாராம்.'

நான் அடுத்த பக்கத்தைப் புரட்டினேன். பாம்பாட்டி.

'மகனோடதா?'

'எது?'

'இந்த சித்திர புத்தகம்'

'இல்ல.'

'மகனாலயும் முடியுமா?'

'என்னது?'

'ஓவியம் வரைய?'

'முடியாது.'

'பிடிக்குமா?'

'எதை?'

'ஓவியங்களை?'

'ஆமா.'

'அப்படீன்னா கொஞ்சமாவது வரைய முடியுமா இருக்கும்.'

'ஏதோ கொஞ்சம்'

எனக்கு சமரதுங்கவை பார்க்க வேண்டியிருந்தது. இப்போது வஜ்ர அருகில் இருந்திருந்தால் எவ்வளவு

நன்றாக இருந்திருக்கும் என்று தோன்றியது. தங்கையையும் நினைத்துக் கொண்டு நான் தலையை உயர்த்திப் பார்த்தேன். சமரதுங்க பாம்பாட்டியைப் பார்த்துக் கொண்டிருந்தார்.

'உங்களுக்கும் பிடிச்சிருக்கா?'

'ஆமா.'

'எது?'

'ஓவியங்கள் தானே?'

'ஆமா. உங்களால வரைய முடியுமா?'

'ஏதோ கொஞ்சம்.'

'எது?'

'ஓவியங்கள் தானே?'

'ஆமா. நான் பச்சை குத்தியிருக்கேன்.'

'வஜ்ரகிட்டையும் இருக்கு டாட்டூ புத்தகமொண்ணு.'

சமரதுங்க தொகுப்பின் பக்கங்களை கண்களால் பார்த்துக் கொண்டிருந்த போதிலும், சமரதுங்கவின் மனம் தொகுப்பின் பக்கங்களைப் பார்க்கவில்லை. நான் அடுத்தடுத்த பக்கங்களைப் புரட்டினேன். எனது விரல்கள் நடுங்கிக் கொண்டிருப்பதை அப்போதுதான் உணர்ந்தேன். மிளகாய்களைக் காய வைக்கும் பெண். நான் மீண்டும் சமரதுங்கவைப் பார்த்தேன். அவர் மிளகாய்களைக் காய வைக்கும் பெண்ணைப் பார்த்துக் கொண்டிருந்தார். அவ்வேளையில் அவரது விழிகள் கடந்த காலத்தின் ஓரிடத்தில் நிலைத்திருந்திருக்கக் கூடும்.

'எனக்கு உங்களைத் தெரியும்.'

'அம்மா சொல்லியிருக்காளா?'

‘இல்ல... நான் கேள்விப்பட்டிருக்கேன்.’

‘என்கிட்டேன்னா முன்னாடியே சொல்லியிருந்தா.’

‘நான் போய் வஜ்ரகிட்ட இந்த புத்தகத்தைக் கொடுத்துட்டு வாரேன்.’

‘இப்பவே போகணுமா?’

‘ஆமா. அவன் இந்த நாட்கள்ல இதுலதான் வரைஞ்சிட்டிருக்கான்.’

‘நான் மகனுக்கும் நல்லொரு கொப்பி வாங்கிட்டு வந்து தாரேன்.’

‘எங்கிட்ட இருக்கு. வரையணும்.’

நான் அன்று மாலை வேளையை வஜ்ரவின் வீட்டில் கழித்தேன்.

நான் அன்றைய இரவை மாமா வீட்டில் கழித்தேன்.

நான் மறுநாள் காலை வேளையை அத்தையின் வீட்டில் கழித்தேன்.

‘இப்படி நடந்துக்காதே நயன். நீ வீட்டுக்குப் போ. போய் அவங்க கூட பேசி கதைச்சுட்டு ஒண்ணா உட்கார்ந்து ஒரு வாயாவது சாப்பிட்டுட்டு வா’ என்று அஞ்சலி வற்புறுத்தினாள்.

நான் மறுநாள் பகல் வேளையில் அங்கு போகும்போது சமரதுங்க தெருவையே பார்த்துக் கொண்டிருந்தார். சமையலறையில் இருந்து புகை வந்து கொண்டிருந்தது. எங்கே போனாயென்றோ, ஏன் வீட்டுக்கு வரவில்லையென்றோ சமரதுங்க கேட்கவில்லை. பளபளப்பான விழிகளால் என்னையே பார்த்துக் கொண்டிருந்தார். உதடுகளால் கொஞ்சமாகவும், விழிகளால் நிறைவாகவும் அவர் புன்னகைத்தார். என்னுடன் மாத்திரம்தான் புன்னகைத்தார்.

அம்மாவை அவ்வாறு பார்ப்பதேயில்லை. தங்கை வீட்டுக்கு வந்த பிறகும் அவளைக் கூட அவர் அவ்வாறு பார்க்கவில்லை.

வெகு காலத்துக்குப் பிறகு வீட்டுக்கு வந்திருந்த தங்கை தனது அறைக்குள் புத்தகமொன்றை வாசித்துக் கொண்டிருந்தாள். பின்னர் குளித்து விட்டு வந்து கஜூ மரக் கிளையில் எனதருகே அமர்ந்து கொண்டு வேறொரு புத்தகத்தை என்னிடம் நீட்டினாள்.

'இல்ல இல்ல... மூஞ்சைத் திருப்பிக்காதே. இதுல எழுத்துக்கள் இல்ல. வெறும் புள்ளிகள் மாத்திரம்தான் இருக்கு. உனக்காகத்தான் செஞ்சு எடுத்துக்கிட்டு வந்தேன்.'

'என்னது?'

'டொட் ஆர்ட். நெட்டிலிருந்து இமேஜ்களை டவுன்லோட் பண்ணி பிரிண்ட் அவுட் எடுத்து செஞ்சேன். நீ பார்த்துட்டிருக்கணும்னுதான் செஞ்சேன்.'

நான் அதைப் புரட்டிப் பார்க்காமலே கஜூ மரக் கொப்பொன்றில் வைத்தேன்.

'என்ன செய்றே?'

'அவர் இருக்கிறப்ப உனக்கு சங்கடமா இல்லையா தங்கச்சி?'

'ஆமா... கேட்கணும்னு இருந்தேன். யாரது?'

'சமரதுங்க.'

'யாரு? அந்த சமரதுங்கவா?'

'அவர் தானாம்.'

'இங்கதான் தங்கியிருக்காரா?'

'ஆமா.'

'நிரந்தரமா?'

‘அப்படித்தான் தெரியுது. சாமான்களையெல்லாம் எடுத்துக்கிட்டு வந்திருக்கார்.’

தங்கை எனது உடலில் படும் விதமாக பெருமூச்சொன்றை மெலிதாக விட்டு விட்டு கஜூ மரக் கிளையிலிருந்து புத்தகத்தை எடுத்துக் கொண்டாள்.

‘நான் இதை எப்படி வரையிறதுன்னு கண்டுபிடிச்சிட்டேன். உன்னாலயும் வரைஞ்சுக்கலாம். நான் சொல்லித் தந்துட்டுப் போறேன்.’

‘உனக்கு சங்கடமா இருக்கா?’

‘நீ இந்தப் புத்தகத்தைப் புரட்டிக் கூட பார்க்கலன்னா? அதெல்லாம் இல்ல. இப்பல்லாம் நீ புத்தகங்களை வெறுக்கிறாய்னு எனக்குத் தெரியும். அதனாலதான் இப்படியொண்ணை செஞ்சு எடுத்துக்கிட்டு வந்தேன்.’

‘இல்ல. சங்கடமா இருக்கான்னு கேட்டது சமரதுங்க நம்மோடு இருக்குறதுக்கு.’

‘ஐயோ இல்லண்ணா. எனக்கு அப்பாவை ஞாபகம் வந்துச்சு.’

‘எனக்கும்.’

ஏழு

அம்மா சமரதுங்கவைக் கூட்டிக் கொண்டு வந்ததன் பிறகு நானும், தங்கையும் கொஞ்சம் கொஞ்சமாக மாமா வசித்து வந்த வீட்டில் தங்கியிருக்கத் தொடங்கினோம். அவ்வேளையில் எமக்கு நாம் இருவரும் ஒருயிராகத் தோன்றியது. அம்மா எம்மைப் போகச் சொல்லாமலே துரத்தி விட்டிருந்தாள்.

'இந்த வீட்டுல இடமேயில்ல.' - 'இனிமேலாவது நாங்க கொஞ்சம் நிம்மதியா இருக்கணும்.' - 'நாங்க கொஞ்சம் சுதந்திரமா இருக்கணும்.' - 'இந்தப் பொண்ணு சமரவோடது இல்ல. அதனால ஒண்ணா இருக்கக் கூடாது.' - 'நந்தனி எப்பவும் என்கிட்ட எதுக்காவது சண்டை பிடிச்சிட்டே இருப்பா.' - 'எனக்கு அவளைக் கொஞ்சம் கூட பிடிக்கல.' - 'சமரவோட மகனுக்கும் அந்த நொண்டிப் பொண்ணுதான் பெருசாப் போயிடுச்சு.' - 'உங்களுக்கு ஒருபோதும் பெத்த அம்மாவோட அருமை புரியல.' - 'உங்க ரெண்டு பேரோடயும் இருந்திருந்து எனக்கு வாழ்க்கையே வெறுத்துப் போயிருக்கு.'

தங்கையும் நானும் மிகுந்த விருப்பத்தோடு அஞ்சலியின் காணியிலிருந்த மாமாவின் வீட்டில் குடியேறினோம்.

எட்டு

சமரதுங்க உயரமானவர். நடிகன் கஜனைப் போன்றவர். ஒல்லியானவர். சிவப்பானவர். சுருண்ட தலைமயிர். பூனைக் கண்கள். என்னைப் போன்றவரேதான். அவரது வருகையால் அம்மாவைத் தவிர்த்து இன்னுமொருவனும் பூரித்துப் போயிருந்தான். அவன் வஜ்ர.

'டேய்... பார்த்தியாடா... அவரும் நீயும் ஒரே மாதிரி, கஜன் மாதிரியே இருக்கீங்க. அதான் நான் அப்பவே சொன்னேன்ல.'

சமரதுங்க வெள்ளை சாரமொன்றை உடுத்தி தனது கை நீண்ட வெள்ளைச் சட்டையை சாரத்தினுள் நுழைத்து விட்டு இடுப்புப் பட்டியையும் அணிந்து கொள்வார். அவற்றோடு வெள்ளி நிறத்தில் பெரிய கைக்கடிகாரம் ஒன்றையும் கட்டிக் கொள்வார். அவர் அவற்றை குளிக்கும்போது மாத்திரம்தான் கழற்றி வைப்பார். அவரது சட்டைப் பையில் எப்போதும் சிறிய பணப் பையொன்று முறைத்துப் பார்த்துக் கொண்டேயிருக்கும். அவர் எப்போதாவதுதான் சிரிப்பார். எப்போதாவதுதான் கதைப்பார். கதைக்கத் தொடங்கினால் ஒரே தடவையில் வெகு நேரம் கதைப்பார். இல்லாவிட்டால் எந்தப் பேச்சும் இருக்காது. அவர் அநேகமானவற்றை அநேகமான நேரம் ஆடாது அசையாது கூர்ந்து பார்த்துக் கொண்டேயிருப்பார். (குழப்பிக் கொள்ளாதீர்கள். இது ப்ரியம்வதாவின் வெறித்துப் பார்த்தல் போன்றதல்ல.)

நாங்கள் மாமாவின் வீட்டுக்கு குடியிருக்கப் போய் சில நாட்கள் கழிந்ததும் சமரதுங்க எங்களைத் தேடிக்கொண்டு வந்தார். அன்று அத்தையும், அஞ்சலியும் தோட்டத்தில் களை பிடுங்கிக் கொண்டிருந்தார்கள்.

'நீங்க அஞ்சு பேருமே இந்த ஓலைக் குடிசையிலா வசிக்குறீங்க?'

‘இல்ல... அத்தையும், அஞ்சலியும் வேலை முடிஞ்சதும் அவங்க வீட்டுக்குப் போயிடுவாங்க.’

‘ஆனாலும், மகனுக்கும், தங்கச்சிக்குமே இந்த இடம் போதாதே மகனே.’

‘இதுவே போதும். நாங்க எப்படியும் தோட்டத்துலதான் ரொம்ப நேரம் இருப்போம்.’

‘அம்மா எப்பவுமே சத்தம் போட்டுட்டுத்தானே இருப்பா. பிள்ளைங்க நீங்க அதை இவ்வளவு பாரதூரமா எடுத்துப்பீங்கன்னு நான் நினைச்சிருக்கல.’

‘இதுவே எங்களுக்கு நல்லாருக்கு.’

‘நான் கல்யாணம் கட்டியிருந்த பொஞ்சாதி ரொம்ப அப்பாவி, மகனே. அவளைக் கை விட்டுட்டு உன்னோட அம்மாவைக் கட்டிக்க அந்த நாட்கள்ல எனக்கு வழியிருக்கல. எங்களுக்கு பிள்ளைகளும் இருக்கல. என்னோட பொஞ்சாதி சாரதாகிட்ட அப்பவே சொல்லியிருந்தா உன்னை எடுத்து வளர்க்க மாட்டேன்னு சொல்லியிருக்க மாட்டா. அப்படிப்பட்ட பொண்ணு இல்ல சாரதா. ஆனா நான் அவளுக்கு செஞ்ச கொடுமைகளுக்கு மத்தியில இன்னொருத்திக்கு பிறந்த என் குழந்தையையும் கொண்டு போய்க் கொடுத்து வளர்த்தெடுன்னு சொல்ற அளவுக்கு தைரியம் அப்போ எனக்கு இல்லாம போயிடுச்சு மகனே. என்னோட கடைசி காலத்துலயாவது நான் உன்கிட்ட வந்தது உன்னோட அம்மாவுக்காகவல்ல.’

எப்போதும் அமைதியாகக் காணப்படும் சமரதுங்க, எப்போதாவது வெளிப்படுத்தும் உணர்வுபூர்வமான உரையை அன்று என்னைத் தேடி வந்த வேளையில் வெளிப்படுத்தினார்.

‘சாரதா இப்போ எங்க?’

'உடம்புல இரத்தம் கட்டியாகி படுக்கையில விழுந்து செத்துப் போயிட்டா. என்னால முடிஞ்ச வரைக்கும் நானே அவளைப் பார்த்துக்கிட்டேன். அவள் படுக்கைல விழற வரைக்கும் எனக்கு அவள் கூட நேரம் செலவழிக்க முடியாமப் போயிடுச்சு.'

'ஏனது?'

'எனக்கு கூட்டாளிகளைத் தாண்டி எதுவுமே இருக்கல மகனே. நாங்க குடிச்சுக் குடிச்சு அங்குமிங்கும் அலைஞ்சு திரிஞ்சு கொண்டு பொறுக்கித்தனம் பண்ணிட்டிருந்தோம். மத்த ஆட்களை விட ரொம்ப சந்தோஷமா இருக்கோம்னு நாங்க நம்பிட்டிருந்தோம். ஆனா அந்த சந்தோஷத்துக்காக நாங்க எத்தனை பேருக்கு கவலையைக் கொடுத்திருக்கோம் என்றது எங்களுக்கு அப்போ தெரியல. அப்போ உன்னோட அம்மாவும் என்னோட வெறும் கூட்டாளியொருத்தி மட்டும்தான். என்னால சாரதா ரொம்பக் கஷ்டப்பட்டா. வேலை செஞ்சு, தூக்கம் விழிச்சு, யோசிச்சு யோசிச்சே ப்ரஷர் கூடி அவளோட உடம்புல இரத்தம் கட்டியாகிடுச்சு. மனக் கவலை கூடினதால இரத்தத்துல சீனியோட அளவும் குறையவேயில்ல. எல்லாமே என்னாலதான். சாரதாவுக்குத் துணையா, மகனா, நீயாவது இருந்திருந்தா எவ்வளவு நல்லாருக்கும்னு எனக்கு நிறைய தடவை தோணியிருக்கு. மூதேவிப் பொம்பளைங்க நாய் குட்டி போடுறது போல நிறையக் குழந்தை பெத்துப் போட்டுட்டே இருக்காளுங்க. என்னோட பொஞ்சாதி ஒரு குழந்தை வேணும்னு எவ்வளவோ ஆசையா இருந்தா. மருந்தெடுத்துக் கொடுக்கக் கூட நான் முன் வரல. நான் என்ன செஞ்சாலும் வாயை மூடிட்டு அமைதியாவே இருந்ததால அவளை வீட்டை விட்டு துரத்தி விடவும் என்னால முடியல. மலட்டுப் பொம்பளைன்னு திட்டித் திட்டியே கூடவே வச்சுட்டிருந்தேன்.'

சமரதுங்க தேங்காய்களைப் பார்த்துக் கொண்டு மிக மெல்லிய குரலில் புலம்பிக் கொண்டிருந்தார். சமரதுங்கவுக்குள் அந்தளவு அமைதியான, அடக்கமான குரலொன்று இருக்கும் என நான் கனவில் கூட நினைத்துப் பார்த்திருக்கவில்லை.

அதற்கு முன்னர் அவர் கதைப்பதை நான் பல தடவைகள் செவிமடுத்திருந்த போதிலும், அவ் வேளைகளில் அவர் இவ்வாறு சாந்தமாகக் கதைத்ததில்லை.

'நான் போறேன் மகனே. தங்கச்சியோடு கதைச்சுப் பாரு. ரெண்டு பேரும் திரும்ப அங்க வரணும் என்றதுதான் என்னோட விருப்பம். நான் வந்தது என்னோட கடைசி காலத்திலாவது மகனோடவே இருக்கணும்னுதான்.'

'அத்தைக்கிட்ட சொல்லி கொஞ்சம் தேத்தண்ணி ஊத்தித் தாறேன். குடிச்சிட்டுப் போங்க.'

'வேணாம். அவவும் வேலை செஞ்சிட்டிருக்காதானே. தொந்தரவு பண்ண வேணாம்.'

'நீங்க இங்க வந்தது அம்மாவுக்குத் தெரியுமா?'

'ஆமா. மச்சானோட தோட்டத்தைப் பார்த்துட்டு வாரேன்னு சொல்லிட்டுத்தான் வந்தேன்.'

ஒன்பது

ஆனால் நாங்கள் மீண்டும் அம்மா வசித்து வந்த வீட்டுக்குப் போகவில்லை.

பத்து

'அவ்ளோ அழகான பொம்பளைக்கு எப்படி இவ்வளவு அசிங்கமான மகள் ஒண்ணு பொறந்திருக்கு?'

'இப்போ நீ தோட்டத்தைப் பார்க்கப் போறேன்னுதானே கிளம்பிப் போனே?'

'அவங்க ரெண்டு பேரும் அங்க இருந்தாங்க.'

'அது இப்ப அவங்களோட தோட்டம்தானே.'

'நம்ம வீட்டுப் பசங்க எதுக்கு வெளியாட்களோட இடத்துல தங்கணும்? இங்க இவ்ளோ இடமிருக்குறப்ப...'

'அதெல்லாம் எங்க இடம்தான். அதுங்க அங்கேயே கிடக்கட்டும். நீ இங்கேயே இரு. அதுங்களை வெத்திலை வச்சுக் கூப்பிடப் போகாம.'

'அந்தப் பொண்ணு ஆம்பளை மாதிரி மண்ணைக் கொத்திப் புரட்டிப் போடுறாள். நம்ம வீட்டுப் பொண்ணு தோட்டத்துல ஒரு மூலைல உட்காந்துக்கிட்டு புத்தகம் வாசிச்சிட்டிருக்குறதைக் கண்டேன். நான் போனேன்னு என்னைக் கொஞ்சம் கூட கண்டுக்கல.'

'அவள் அகங்காரம் பிடிச்சவள். யாரையும் கண்டுக்க மாட்டாள்.'

'அந்தப் பொண்ணுன்னா ராட்சசி மாதிரி அசிங்கமா இருந்தாலும் என்னைக் கண்டதுமே வாய் நிறைய புன்னகைச்சாள். அவளோட அம்மான்னா தலையை உயர்த்திப் பார்க்கக் கூட இல்ல.'

'அவ பெரிய பத்தினி. குறை சொல்லக் கூடாது. அந்தப் பொண்ணு அஞ்சலின்னா... பார்க்குறதுக்குத்தான் ராட்சசி மாதிரி இருக்கே ஒழிய நல்ல சீதேவிப் பொண்ணு. அது மட்டும்தான் அந்த குடும்பத்துலயே மனுஷன் மாதிரி இருக்கு.'

ஒன்று

பாடசாலையில் ஏழாம் வகுப்பு வரும் வரைக்கும் 'வய்யால பேடிகே நயனாநந்த'வாக இருந்த நான், ஏழாம் வகுப்பின் பின்னர் 'விஜயலத் பனங்கலகே நயனாநந்த சமரதுங்க பனங்கல'வாக ஆனது இவ்வாறுதான்.

பின்வரும் உரையாடல் நான் ஏழாம் வகுப்பில் படித்த காலத்தில், ஜனவரி மாதத்தைக் கழித்துக் கொண்டிருந்த வேளையில், எமது வீட்டு முற்றத்தில் வைத்து அம்மாவுக்கும், அப்பாவுக்கும் இடையில் நடந்த உரையாடலாகும்.

'யோவ்... இந்த ஊரைத் தாண்டி வெளியே போனா இந்த ஊரோட பெயரைச் சொல்ல வெட்கமாயிருக்கு. இங்க வர முன்னாடி இது கீழ்சாதி ஊர்னு நான் தெரிஞ்சு வச்சுக்காமப் போயிட்டேனே.'

'ஏன் தெரிஞ்சிருந்தா வந்திருக்க மாட்டியா?'

'வந்திருக்க மாட்டேன்தான்.'

'வராம என்ன செஞ்சிருப்பாய் நீ? சமரதுங்க வந்திருப்பானோ மணமகளே வான்னு உன்னைக் கையோடு கூட்டிட்டுப் போக? முட்டாள் சிறுக்கி பொய்காரன் ஒருத்தன்கிட்ட ஏமாந்து போனது போதாதுன்னு இன்னும் மண்டையில இருக்குற தலைக்கனம் குறையல.'

'யோவ்... அவர் பொய்க்காரரில்ல. என்னைக் கை விடுறதைத் தவிர அவருக்கு செய்ய வேற எந்த வழியும் இருக்கல.'

'அப்படியாடி? அப்போ இப்ப நான்தான் தப்பு செஞ்சவனா? உனக்கு அவ்ளோ வெட்கமா இருந்தா உன்னோட ராசா மகனோட பேருல அப்பன் பேரா இருக்குற என்னோட பேரை மாத்திடு.'

அம்மாவின் தூண்டுதலால் பத்திரிகையில் போடப்பட்ட விளம்பரத்தில் நான் இனிமேலும் வய்யால பேடிகே நயனாநந்த இல்லை என்பதையும், நான் விஜயலத் பனங்கலகே நயனாநந்த சமரதுங்க பனங்கல என்பதையும் அறிந்து கொண்டேன். பாடசாலையில் யாரேனும் கேட்டால் சொல்வதற்காக நான் எனது புதிய பெயரை ஒரு துண்டுக் காகிதத்தில் எழுதி எனது சட்டைப் பையில் எப்போதும் வைத்திருந்தேன். அது மெதுமெதுவாக அழிந்தழிந்து போகப் போக எனக்கு எனது புதிய பெயர் மனதில் பதிந்து போயிற்று.

எனது பெயரோடு சேர்த்து தங்கையின் பெயரிலும் சிறிது மாற்றம் வந்தது. வய்யால பேடிகே நயனாநந்தனி ஆக இருந்த அவளது பெயர் விஜயலத் பனங்கலகே நயனாநந்தனி ஆகியிருந்தது.

மனிதர்களின் பெயர்களை இவ்வாறு மாற்ற முடியும் என்பதை அறிந்து கொண்டதன் பின்னர் நான் எனக்கு மூன்றாவதாக ஒரு பெயரை வைத்துக் கொள்ளும் கனவொன்றைக் காணத் தொடங்கியிருந்தேன். எனக்குப் பிடித்த பெயர்களையெல்லாம் எழுதி வைக்கவென்றே நான் எண்பது பக்கக் கொப்பியொன்றை எப்போதும் வைத்திருந்தேன். அந்தக் கொப்பி இப்போதும் என்னிடம் இருக்கிறது. அந்தக் கொப்பியில் இதுவரையில் என்னால் முப்பத்து நான்கு பெயர்கள் எழுதப்பட்டிருக்கின்றன. ஆனால் அவற்றுள் ஒரு பெயர் கூட இன்னும் எனக்கு மிகப் பிடித்தமானதாக இல்லை.

தொடக்கத்தில் டப்ளியூ. பீ ஆகிய எழுத்துக்களுக்குப் பொருத்தமான முதற்பெயர்களைத் தேடிய நான் போகப் போக அது அநாவசியம் எனத் தோன்ற ஓரோர் ஆங்கில எழுத்துக்களுக்கும் பொருத்தமான முதற்பெயர்களை உருவாக்கினேன். மனிதர்களை வெவ்வேறாக அடையாளப்படுத்த ஒரு பெயர் (தனக்குப் பிடித்த அழகான பெயர்) தான் தேவையே அன்றி முதற்பெயரொன்று அவசியமில்லை எனப் புரிந்து கொண்டதன் பிற்பாடு

கடைசியில் நான் எழுதி வைத்த பெயர்கள் எவற்றுக்கும் முதற்பெயர் இருக்கவில்லை. அவை எளிதானவையாக, இலகுவானவையாக சுதந்திரமாக மிதந்து அலைந்து கொண்டிருந்தன.

என்றாலும் எப்போதும் நான் எனது பழைய பெயரான வ.பே.நயனாநந்த என்றுதான் கையொப்பமிட்டு வந்தேன். அது எனது அப்பாவை நினைவுகூரும் விதமாகத்தான். எனக்கு கையொப்பமிடக் கிடைக்கும் வாய்ப்புகள் மிகவும் குறைவு என்பதோடு, அரசாங்கப் பரீட்சைகள் இரண்டிற்காகவும், அஞ்சலிக்கு காணியை எழுதிக் கொடுப்பதற்காகவும், அஞ்சலியைத் திருமணம் முடிப்பதற்காகவும்தான் இதுவரையில் அதை பயன்படுத்தியிருக்கிறேன். அந்தந்த சந்தர்ப்பங்களில் பலவிதமான அழகழகான கையொப்பங்களை இடுவதற்குத் தோன்றிய போதிலும், கடைசியில் நான் இட்டிருந்தது ஒரே கையொப்பத்தைத்தான். அது நான் அரசாங்க சட்டத்துக்கு அடி பணிந்து போன விதமாக உங்களுக்குத் தோன்றுமாயின், இல்லை. அது அவ்வாறில்லை. அது எனது அப்பாவின் அன்புக்கு அடி பணிந்து போன விதம்.

ஒன்று

மாமாவின் தோட்டத்தில் பல்வேறு விதமான அழகுகளில் பல்வேறு விதமான புற்கள் இருந்தன. அஞ்சலி சேகரித்து வந்த பல்வேறு விதமான சிறிய கற்களைப் போலவே அந்தப் புற்கள் ஒவ்வொன்றும் ஒன்றுக்கொன்று வேறுபட்டவைகளாகவும், மனங்கவரக் கூடியவையாகவும் இருந்தன. குளிர்மையான புற்கள் மீது நடந்தும், அந்தப் புற்களைப் பார்த்து ரசித்தும் எனது ஜீவிதம் பூரணமாகிப் போயிருந்தது. மண் நிரப்பிய பொலித்தீன் உரைகளில் அவற்றின் கன்றுகளை நட்டு கொழும்புக்கு எடுத்துச் சென்று தெருவோரத்தில் வைத்து விற்கும் கனவை நான் கண்டு கொண்டிருக்கையில்தான் அஞ்சலியும், அத்தையும் மண்வெட்டிகளை எடுத்துக் கொண்டு வந்தார்கள். நான் எனது ஆசையை, பலவந்தமாக வரவழைத்துக் கொண்ட சுய கட்டுப்பாட்டால் அஞ்சலியின் வீட்டைச் சூழவுமிருந்த பன்னத் தாவரங்களை நினைவில் கொண்டு வந்துதான் அடக்கிக் கொண்டேன்.

ஆனாலும் அஞ்சலி பன்னத் தாவரங்களும், புற்களும் ஒன்றாகுமா? பரவாயில்லை. நீயும், சபீதாவும் பட்டினி கிடக்கிறீர்கள் என்பதை நினைக்கும்போது எனக்கு கவலையாக இருக்கிறது. நீங்கள் சுகவீனமடைவீர்களோ என்று எனக்கு பயமாக இருக்கிறது.

அத்தையும், அஞ்சலியும் ஒரே சீராக கொத்திப் புரட்டிப் போட்ட மண்ணின் மீது மாமா நடந்து நடந்து மண்ணின் அழகைப் பார்த்தார். அதுவரையில் மண்ணைக் கவனித்திராத மாமா மண்ணுடன் புன்னகைத்தார். அத்தைக்கும், அஞ்சலிக்கும் தேநீர் ஊற்றிக் கொடுத்தார். வெற்றிலை, பாக்கு கொடுத்தார். நீண்ட கழியொன்றைத் தேடி எடுத்துக் கொண்டு வந்து பிடுங்கிப் போடப்பட்ட புற்களைத் திரட்டி குவியலாக்கினார். ஊருக்குள் போய் பலாக்காயொன்றைத்

தேடி எடுத்துக் கொண்டு வந்து சுளை கழற்றி வெட்டி என்னையும் கூட்டிக் கொண்டு சமைக்கத் தொடங்கினார்.

'இவ்வளவு தண்ணி வைக்கத் தேவையில்ல மச்சான். தண்ணி கூடிட்டுது' என்று கூறியவாறே அத்தை சட்டியிலிருந்து கொஞ்சம் தண்ணீரை அகற்றினாள். விழுந்து கிடந்த தேங்காயொன்றை எடுத்துக் கொண்டு வந்த அஞ்சலி மண்வெட்டியால் மட்டையைக் கழற்றி உடைத்து எனது கைகளில் தந்தாள். நான் மகிழ்ச்சியாக தேங்காயைத் துருவினேன்.

'நாங்க கூவைக் கிழங்கு பாத்தியொண்ணு போடுவோம் மதினி.'

பல வருடங்களுக்குப் பிறகு மாமாவின் ஜீவிதம் சுவை மிக்கதாக ஆகிவிட்டிருந்தது.

தவறாக எடுத்துக் கொள்ளாதீர்கள். இது உள்நாட்டு விவசாயத்தைப் பாதுகாக்க ஆலோசனை வழங்கும் கட்டுரையல்ல.

தங்கையும், நானும் பாடசாலையில் சிறிய வகுப்புகளில் படித்த பராயத்தில் எமது தோட்டம் அடிக்கடி ரூபரத்ன மாமாவின் சிரட்டைப் புகையால் மூடப்பட்டிருக்கும். தங்கை புகையின் மத்தியில் மரங்களிடையே இருந்து தோன்றி திரைப்படங்களில் நடிகை சுபாஷினி ஹேமமாலா சிரித்துக் கொண்டே ஆடிப் பாடும் சிங்களத் திரைப்படப் பாடல்களைப் பாடிக் கொண்டிருப்பாள். சிரட்டைக் கரி தயாரித்து விற்ற ரூப் மாமாவின் சிரட்டைப் புகை கொஞ்சம் கொஞ்சமாக ஊரிலிருந்து காணாமல் போனது, அவர் புகை மூட்டும் ஒவ்வொரு தடவையும் எமது அம்மா திட்டிச் சண்டை போட்டு பேயாட்டம் ஆடியதால் மாத்திரமல்ல.

மாமாவின் காணியும் ரூபரத்ன மாமாவின் சிரட்டைப் புகையால் இப்போதும் மெலிதாக மூடப்பட்டிருப்பதாகவே எனக்குத் தோன்றுகிறது. சேலை கட்டும் பெண் தோட்டம்

முழுவதும் ஆடிக் கொண்டிருக்கிறாள். அவளது சேலை முனை பறந்து போய் தென்னை மர உச்சிகளில் சிக்கிக் கொள்கிறது. அஞ்சலி துள்ளிப் பாய்ந்து பாய்ந்து அவ்வாறு சிக்கிக் கொள்ளும் சேலை முனையை எடுத்து விடுகிறாள். சபீதா சேலை முனையில் தொங்கியவாறு தென்னை மர உச்சிக்கு மேலாக பறந்து கொண்டிருக்கிறாள். ப்ரியம்வதா முற்றிய தென்னை வேரின் மீது அமர்ந்து கொண்டு சேலை கட்டும் பெண்ணையும், அஞ்சலியையும் வெறித்துப் பார்த்துக் கொண்டேயிருக்கிறாள். வத்சலா, பாடகி ஏஞ்சலினின் பாடலொன்றைப் பாடியவாறு தென்னை மரமொன்றை அரவணைத்தவாறு இரு விழிகளையும் மூடிக் கொண்டு தாளத்துக்கேற்ப ஆடிக் கொண்டிருக்கிறாள். அவள்தான், நான் உங்களிடம் சொல்லாத சாத்தாவாரிப் பூ வாசனை வீசும் பெண்.

தங்கையும், நானும் மாமாவின் வீட்டுக்கு வந்த பிறகு நானும், மாமாவும் சமைத்துக் கொள்ளப் பழகியிருந்தோம். எங்கிருந்தாவது தேடிக் கொண்டு வரும் புத்தகங்களையும், சஞ்சிகைகளையும் வாசிப்பதையும், எங்கேயாவது கிளம்பிப் போவதையும்தான் தங்கை எப்போதும் செய்து வந்தாள். மாமாவின் வீட்டுக்கு குடியிருக்க வந்ததன் பிறகு அம்மாவின் கட்டுப்பாட்டிலிருந்து அவள் முழுமையாக விடுதலை பெற்றதோடு கிடைத்த அளவற்ற சுதந்திர உணர்வோடு அவள் எங்கெங்கோ அலைந்து திரிந்து கொண்டிருந்தாள். நான் அவளைப் பார்த்து சந்தோஷப்பட்டேன்.

நாங்கள் எமது பரம்பரை வீட்டிலிருந்த கடைசி வருடம் தங்கை பல்கலைக்கழகத்துக்குப் போன இறுதி வருடமாகவும் அமைந்தது. தங்கை பல்கலைக்கழகத்தில் படித்த காலத்தில் எப்போதாவதுதான் வீட்டுக்கு வருவாள். அவ்வாறு வந்ததுவும் என்னைப் பார்த்துப் போகத்தான் என எனக்குத் தோன்றுகிறது. அவ்வாறு நினைக்கும்போதே எனக்கு மகிழ்ச்சி தோன்றுகிறது. ஒரு நாள் நான் கட்டிலில் அங்குமிங்குமாக புரண்டு கொண்டிருக்கையில் அவள்

புத்தகமொன்றையும் எடுத்துக் கொண்டு வந்து கட்டிலின் ஒரு மூலையில் அமர்ந்து கொண்டாள்.

‘இந்த பட்டப் பகல்ல எப்படி கட்டில்லேயே இருக்கிறாய்? புழுக்கமா இல்லையா? தூக்கம் வரலைன்னா வாயேன் கஜூ மரக் கொப்புக்குப் போவோம்.’

‘கஜூ மரத்துக்கு மேல இருந்த காலமெல்லாம் போதும் தங்கச்சி.’

‘இப்படி சும்மா படுத்துக் கிடக்கிறது இன்னுமா உனக்கு அலுத்துப் போகல?’

‘அவ்ளோ புத்தகம் வாசிச்சும் இன்னுமா உனக்கு அலுத்துப் போகல?’

‘அது மாதிரியா இது?’

‘இல்லாம வேறென்ன?’

‘நிஜமா ஏனண்ணா நீ வாசிக்கிறதை நிறுத்திட்டே?’

‘இப்பதான் நிம்மதியா இருக்கேன்.’

‘நேத்து ராத்திரி நீ வீட்டுல இருக்கலைதானே?’

‘சுபோத தவில் கொட்டப் பழகுறதைப் பார்க்கப் போயிருந்தேன்.’

‘மல்வத்துஹிரிபிடிக்கா?’

‘ஆமா.’

‘வஜ்ர கூடவா?’

‘இல்ல.’

‘அப்போ?’

‘தனியாத்தான்.’

'அவ்ளோ தூரம் நடந்தா போனாய்?'

'ஆமா. திரும்பி வர்றப்போ சுபோத சைக்கிள்ல கூட்டிட்டு வந்து விட்டுட்டுப் போனான். உடம்பெல்லாம் வலிக்குது.'

'கள்ளுக் குடிச்சிட்டு விடிய விடிய ஆடியிருப்பீங்க அப்போ. இப்பவும் நீ தவிலடிக்கிறப்போ பாலேதான் ஆடிட்டிருக்கியா?'

தங்கை புத்தகத்தால் முகத்தை மூடிக் கொண்டு சிரித்தாள். புத்தகத்தைத் தாழ்த்தும் போது அவளது ஆனந்தக் கண்ணீரைக் காண நான் மிகவும் ஆவலுடன் இருந்தேன். அது எனக்கு எப்போதும் மகிழ்ச்சியளிக்கும்.

'வஜ்ரவை சந்திக்கலையா?'

'சந்திச்சேன்.'

'அவன் இந்த நாட்கள்ல என்ன செஞ்சிட்டிருக்கான்?'

'தோரணம் வரைஞ்சிட்டிருக்கான்.'

'யாரோடது?'

'புத்தரோடது.'

'சும்மா சொல்லாதே. யாரு வரையச் சொன்னது?'

'பொஞ்சாதி.'

'என்னடா இது... உத்தரவு யாரோடது?'

'ஆரி முதலாளியோடது.'

'எவ்வளவு கிடைக்கும்?'

'நான் விசாரிக்கல.'

'எதுக்காக அவன் தோரணம் வரையுறான்?'

‘பொஞ்சாதியோட கட்டளை.’

‘நம்ம வஜ்ரவா?’

‘அவ சண்டைக்கு முன்னால நம்ம ஆளு ஒண்ணுமே இல்ல.’

‘அப்படீன்னா திரும்பவும் விவாகரத்து பண்ணிடுவான் போல.’

‘முந்திய பொஞ்சாதியையும் இன்னும் விவாகரத்து பண்ணல.’

‘விவாகரத்து பண்ணாமலா திரும்ப கட்டியிருக்கான்?’

‘ஆமா. ஏன்? அதுக்கு முந்தைய பொஞ்சாதிகளையும் அவன் கல்யாணம் கட்டிக்காமத்தானே கூட்டிட்டு வந்தான். அப்போ நீங்களும் அதை ஆதரிச்சீங்க. ஏன் நீங்க கூடத்தான் எல்லாரும் முதலாளித்துவ சட்டங்களை ஏத்துக்க மாட்டோம்னு சொல்லிட்டிருந்தீங்க?’

‘ஏத்துக்காட்டியும் அது நம்ம தோள்கள்ல திணிக்கப் பட்டுட்டிருக்கு ஹலோ. அதைத் தடுத்து நிறுத்த எங்ககிட்ட வலுவில்ல.’

‘இந்தத் தடவ வஜ்ர வசமா சிக்கிட்டிருக்கான் தங்கச்சி. அவனால தப்பிக்க முடியாது. அவள் கூடவே வாழ வேண்டிய நிர்ப்பந்தம். அவள் கடையொண்ணும் நடத்திட்டிருக்கா.’

‘உங்க ரெண்டு பேருக்குத்தான் இனி ஊர் சுற்றித் திரிய முடியாது.’

‘நானென்றால் அவனோட வீட்டுக்குப் போயிட்டு வருவேன்.’

‘நாம ரெண்டு பேருமா அவனோட வீட்டுக்குப் போயிட்டு வருவோமா?’

‘நீ போனா சிக்கலாயிடும்.’

‘ஏனது?’

'அவன் உன்னையும் காதலிச்சிருப்பான்னு சுரங்கி சந்தேகப்படுறாள்.'

'அப்போ வஜ்ர ஏதாவது சொல்லியிருப்பான்.'

'என்னது? அப்போ உங்க ரெண்டு பேருக்கிடையில அப்படி ஏதாவது இருந்துச்சா?'

'ஐயே... அப்படியெல்லாம் ஒண்ணும் இருக்கல.'

'நிஜமா தங்கச்சி, இப்போ உனக்கு ஆள் யாராவது இருக்காங்களா?'

தங்கை சிரித்தவாறே அவளது கையிலிருந்த புத்தகத்தின் கனத்த அட்டை மீது தனது கருப்பான மெல்லிய விரல்களால் தாளம் தட்டி பாடலொன்றை முணுமுணுத்தவாறே எனதருகிலிருந்து எழுந்து சென்றாள். பாடலை முணுமுணுத்தவாறே வீட்டை விட்டும் வெளியிலிறங்கி வீட்டைச் சுற்றி வர நடந்து கொண்டிருந்தாள். நான் மகிழ்ச்சியடைந்தேன். அவள் சகோதர பாசத்தைக் குறித்த பாடலொன்றைப் பாடிக் கொண்டிருந்தாள். நான் வளிமண்டலத்தில் மிதந்து கொண்டிருந்தேன். அவள் பாடலைப் பாடிக் கொண்டே முற்றத்தைச் சுற்றி வந்து எனது ஜன்னலைக் கடந்து போய் விட்டிருந்தாள். நான் வளிமண்டலத்திலிருந்து கீழே விழுந்தேன்.

தங்கை பல்கலைக்கழகத்தின் இறுதிப் பரீட்சையை எழுதி முடித்ததுமே நாங்கள் எமது பரம்பரை வீட்டை விட்டு மாமாவின் வீட்டில் குடியேறிய பின்னரும், அவள் அவ்வளவாக வீட்டில் தங்கவேயில்லை. எப்போதும் எங்காவது சென்று விடும் அவள் இரண்டு மூன்று தினங்களுக்கு ஒரு தடவைதான் என்னைப் பார்த்துப் போக வந்தாள். பிறகு அதுவும் ஒரு வாரமானது. போகப் போக அக் கால அளவு இரண்டு மூன்று வாரங்கள், ஒரு மாதம், இரண்டு மூன்று மாதங்களுக்கு ஒரு தடவை என நீண்டது.

எவ்வளவு தாமதித்தாலும் அவள் வந்து போனாள். அவள் வராதிருக்கவேயில்லை.

எவ்வளவுதான் ஞாபகப்படுத்திப் பார்த்தாலும் எனக்கு ப்ரியம்வதாவின் குரல் நினைவுக்கு வருவதேயில்லை. **அஞ்சலி எனக்கு உனது குரலில் ஒரு பாடலைப் பாடிக் கேட்க ஆசையாக இருக்கிறது.**

இரண்டு

எப்போதாவது தங்கை வரும் நாளில் அவளிடமிருந்து வெளிப்படும் ஒவ்வொரு வார்த்தையிலும் என் மீதான அன்பு பெருக்கெடுத்து வழிவதாகவே எனக்குத் தோன்றுகிறது. அது நாளுக்கு நாள் அதிகரித்து வருவதையும் நான் உணர்ந்தேன்.

'அண்ணாக்கு தனிமை இல்லைதானே? அஞ்சலி அக்காவும் அடிக்கடி வந்துட்டுப் போறாதானே? மாமாவும் கூடவே இருக்கார்ல? அண்ணா என்னைப் பத்தி கவலைப்பட வேணாம். முடிஞ்சவரைக்கும் அடிக்கடி வந்துட்டுப் போறேன். இந்த மாவட்டத்துக்கே பணி மாற்றம் கிடைச்சுட்டா அடிக்கடி வந்துட்டுப் போக வசதியா இருக்கும். இப்ப வந்துட்டுப் போற செலவும் அதிகமா இருக்கு. ஆனா இங்க பணி மாற்றம் கிடைக்கணும்னு விண்ணப்பிக்கவோ, இங்க பணி மாற்றம் கிடைக்கும் வரைக்கும் காத்துட்டிருக்கவோ மாட்டேன். இன்னும் வெகு தொலைவுக்கு பணி மாற்றம் கிடைக்கவும் வாய்ப்பிருக்கு.'

'அஞ்சலியோட பயிர்களெல்லாம் நல்லா விளைஞ்சிருக்கு. அத்தைக்குன்னா இப்பல்லாம் வேலை செய்றது ரொம்பக் கஷ்டமா இருக்கு. அஞ்சலிதான் காலை இழுத்திழுத்து நடந்து எல்லாத்தையும் செய்றாள்.'

'மாமா உதவி செய்றாரா?'

'மாமா நாளுக்கு நாள் உடம்புக்கு ஏலாம போயிட்டே இருக்கார் தங்கச்சி. அவர் எப்படியும் வேலை செஞ்சு பாடுபட்டுப் பழகியவர் இல்லையே. பயிர்களைப் பார்த்துட்டே புல்லாங்குழல் ஊதிட்டிருக்கார் இப்பல்லாம். முந்தி மாதிரி மூச்சு பிடிக்கவும் அவருக்கு கஷ்டமா இருக்கு. ஆனா ஆள் ரொம்ப சந்தோஷமாத்தான் இருக்கார். அடிக்கடி அத்தையைப் பார்க்கவும் போயிட்டு வரார். அப்படி நடந்துட்டு வர்றதும் அவரோட உடம்புக்கு நல்லதுதான்.'

'அண்ணா, நீ அஞ்சலி அக்காவுக்கு உதவி செய்றாய்தானே?'

'ஆமா. அஞ்சலி அளவுக்கு என்னால வேலை செய்ய முடியல தங்கச்சி. சீக்கிரமே களைச்சுப் போயிடுறேன். அஞ்சலி காலுல சக்கரம் கட்டினது போல வேலை செஞ்சிட்டேயிருக்கா.'

'அஞ்சலி அக்காவுக்கு பறவைச் சிறகு பொறுக்கப் போகக் கூட நேரமில்லையா அப்போ?'

'இப்பல்லாம் தோட்டத்துல வேலை செஞ்சிட்டிருக்குறப்போ பறவைங்க எல்லாம் அவளுக்குப் பக்கமாவே இறகுகளையெல்லாம் போட்டுட்டு போகுது. நாங்க ரெண்டு பேரும் சேர்ந்து அதையெல்லாம் பொறுக்கி எடுத்து சேகரிக்கிறோம். நேத்தும் ஓடைக்குப் போய் கூழாங்கல் சேகரிச்சு எடுத்துட்டு வந்தோம். இப்பல்லாம் நாங்க நிலத்தைத் தோண்டுறப்போ அகப்படுற அழகான செம்பூராங் கற்களையும் சேகரிச்சுட்டு வாறோம்.'

'அப்போ பரவாயில்ல. அண்ணா சமீபத்துல பொம்மையாட்டத்துக்கு போகலையா?'

'அவ்வளவா போகல.'

'காஞ்சிரை மரம் இப்போ ரொம்ப உயரமா வளர்ந்துடுச்சா? நான் வந்தாலும் வயல்வெளிப் பக்கமா போக நேரமே கிடைக்குதில்லையே.'

'அது இதுக்கு மேல உயராது.'

'வஜ்ரவும் காஞ்சிரை மரத்துக்கு வாறானா?'

'அவன் மட்டும்தான் வர்றதில்ல.'

'சுரங்கி இப்போ எப்படியிருக்கா?'

'இப்பல்லாம் வஜ்ர அவளுக்கு அடங்கிப் போயிட்டான்.'

'இப்பவும் நாங்க ரெண்டு பேரும் அவனைப் பார்க்கப் போறது பிரச்சினையை உண்டாக்குமா?'

'தங்கச்சிக்கு எங்காவது போகணும்னா வா, நாங்க அத்தையைப் பார்த்திட்டு வரப் போவோம்.'

'இல்ல. நாங்க இப்படியே இருப்போம். நாளைக்கு பகல் எனக்கு திரும்பப் போகணும். நாளைக்கு ராத்திரி ஒரு மீட்டிங் இருக்கு.'

'அம்மாவைப் பார்க்கப் போகவும் முடியாதா?'

'சமரதுங்க நல்லா இருக்காரா?'

'நம்ம அம்மா கூட எப்படி ஒருத்தருக்கு நல்லா இருக்க முடியும்? ஒரே சண்டையாம்.'

'அவங்க இங்க வர்றாங்களா?'

'இல்ல.'

'நீ அங்க போறியா?'

'இல்ல.'

'மாமா?'

'இல்ல.'

'எனக்கு இப்போ சமைக்கத் தெரியும். இன்னிக்கு நான் சமைக்கிறேன். நாங்க நாளைக்கு காலையில காஞ்சிரை மரத்தைப் பார்க்கப் போவோம்.'

தங்கை தனது கையிலிருந்த புத்தகத்தின் அட்டை மீது கருத்து மெலிந்த விரல்களால் தாளம் தட்டினாள். இப்போது அவை முன்பிருந்ததை விடவும் கறுத்துப் போயிருந்தன. இப்போது அவை முன்பிருந்ததை விடவும் மெலிந்து போயிருந்தன.

'மரத்துல பப்பாளி பழுத்திருந்துச்சு. நான் ஒரு காய் பறிச்சுட்டு வரேன்.'

'அஞ்சலி அக்கா வந்ததும் அவ கூடவே சாப்பிடுவோம்ணா. மாமாவும் தூங்கிட்டிருக்கார்.'

'தங்கச்சிக்கு கல்யாணம் முடிக்க ஏதேனும் யோசனை வந்ததுன்னா சொல்லு... சரியா?'

தங்கச்சி சிரித்தவாறே புத்தக அட்டையில் தாளம் தட்டி பாடலொன்றை முணுமுணுத்தவாறு முற்றத்தில் இறங்கினாள். கடைசி வரியைப் பாடி விட்டு வீட்டுக்குள் எட்டிப் பார்த்தாள்.

'இந்தக் கடைசி வரிகள் சரியில்லைதானே?'

'இந்தப் பாட்டுல நிறைய வரிகள் தப்பாயிருக்கு.'

'என்னென்ன வரிகள்?'

'வறுமை மழையில் நாங்கள் நனையட்டும்...'

தங்கச்சி சத்தமாகச் சிரித்தாள். எனக்கு அம்மாவின் நக்கல் சிரிப்பு நினைவுக்கு வந்தது.

'இப்படிச் சிரிக்காதே தங்கச்சி.'

'பார்றா...'

தங்கை புத்தகத்தை விழாதவாறு தலை மீது வைத்துக் கொண்டு எனது கைகளைப் பிடித்துக் கொண்டு வளையம் வளையமாக சுற்றத் தொடங்கினாள். எனக்கு சேலை கட்டும் பெண்ணின் ஆட்டம் நினைவுக்கு வந்தது.

'உங்களுக்குப் பைத்தியம் பிடிச்சிருக்கு.'

'எனக்கும், அந்த சேலை உடுத்தும் அக்காவுக்குமா?'

'உனக்கு எப்படி அவளைத் தெரியும்?'

'ஏன் சுவருல ஒட்டி வச்சிருந்தாயே...'

'ஆனா உனக்கு விவரமொண்ணும் தெரியாதே.'

'அதெல்லாம் வஜ்ர சொல்லிட்டான்.'

'வேறென்ன சொன்னான்?'

'ஞாபகம் வச்சுக்கல.'

'நாங்க அஞ்சலி சேகரிச்சு வச்சிருக்கிற கற்களைப் பார்க்கப் போவோமா?'

'நாங்க அவளோடு சேர்ந்து கற்களை ஒண்ணு மேல ஒண்ணா அடுக்குவோம்.'

'கற்களை பேலன்ஸ் பண்ண உன்னால முடியுமா?'

'என்னாலன்னா முடியாது... உங்க ரெண்டு பேராலயும் முடியுமா இருக்கும்.'

தங்கை புத்தகத்தைத் தலையின் மீது வைத்துக் கொண்டே சிரித்தவாறு தொடர்ந்தும் சுற்றிக் கொண்டிருந்தாள். அஞ்சலி எனக்கு உன்னை சேலையில் பார்க்க ஆசையாக இருக்கிறது. ஆனால் உனக்கு ஒரு சேலை வாங்கிக் கொடுக்க என்னிடம் பணமில்லை. நான் பொம்மையாட்டம் ஆடி பணம் சம்பாதித்துக் கொண்டு வருகிறேன். ஆனால் நான் உனக்கு சேலை வாங்கிக் கொண்டு வர மாட்டேன். எனக்கு இப்போதும் சேலை மீது கோபம் இருக்கிறது.

மூன்று

அஞ்சலியும், அத்தையும் தோட்டத்துக்கு வராத நாட்களில் அஞ்சலியின் வீட்டுக்கு அடிக்கடி போய் வரத் தொடங்கியிருந்த மாமா கடைசியில் அஞ்சலியின் வீட்டிலேயே தங்கிக் கொண்டார்.

தோட்டத்து வேலைகளுக்கு அஞ்சலி எப்போதும் தனியே வரத் தொடங்கினாள். நான் மாமாவின் வீட்டில் தனியாகத் தங்கியிருந்தேன்.

அஞ்சலியின் அம்மாவுடைய முழங்கால் வருத்தம் பார்த்துக் கொண்டிருக்கும்போதே நாளுக்கு நாள் அதிகரித்தது. மருந்து, சிகிச்சைகள் செய்ய மாமா வெகுவாகப் பாடுபட்டார். அவர் உற்சாகத்தோடு மூலிகைகளைத் தேடி எடுத்து இடித்து சிறிய பொதிகளாகக் கட்டி ஒத்தடம் கொடுத்தார். எண்ணெய் தடவினார். அத்தையும் அந்த சிகிச்சைகளுக்கு மகிழ்ச்சியோடு ஒத்துழைத்தார். இலங்கையின் மூத்த பாடகர் விக்டர் ரத்நாயக்க, தனது பேத்தி வயதான ஒரு ரசிகையைத் திருமணம் முடித்ததற்குத் திட்டி அவதூறு சொன்ன மனிதர்கள், மாமாவுக்கும் அத்தைக்கும் அவ்வாறு எதுவும் சொல்லவில்லை. அது இவர்கள் இருவரும் திருமணம் முடிக்காததால் இருக்கலாம். ஆனாலும், அதே மனிதர்கள்தான். நன்றி.

அஞ்சலி அவளது வசதிக்கு ஏற்ப எனக்கு மூன்று வேளையும் உணவெடுத்துக் கொண்டு வந்தாள். சில நாட்கள் இரண்டு வேளை. சில நாட்கள் ஒரு வேளை மாத்திரம். நாங்கள் இருவரும் ஒன்றாகத்தான் உணவருந்தினோம். நாங்கள் இருவரும் ஒன்றாகத்தான் உண்ணாமலிருந்தோம். உணவேதும் இருந்தால் அது இருவருக்குமாகத்தான் இருந்தது. உணவேதும் இல்லையென்றாலும் அது இருவருக்கும்தான் இல்லாமலிருந்தது.

நாங்கள் ஆறு பேரும் (நான், தங்கை, அஞ்சலி, சபீதா, மாமா, அத்தை) தேங்காய் வருமானத்தையும், கிழங்கு வருமானத்தையும், அவ்வப்போது கிடைக்கும் பொம்மையாட்ட வருமானத்தையும் பகிர்ந்து கொண்டோம். ஆனால் தங்கை வந்தால் நான் பலவந்தமாக அவளது பையில் இட்டு விடும் பணம் அன்றி வேறு ஒரு சதம் கூட அவள் எடுத்துச் செல்லவில்லை. அவளிடம் பணம் இருக்கவுமில்லை. எம்மிடம் கேட்கவும் இல்லை. அவளுக்கு பணம் தேவைப்படவும் இல்லை.

நான்கு

இசைக் கலைஞரும் பாடகருமான நதீக குருகே, தேசியப் பட்டியலில் பாராளுமன்றத்துக்குத் தெரிவாகுவதற்காக வாக்குக் கேட்டு வந்ததைக் குறித்து ரோஹன விஜேவீரவிடம் கூறிய வேளையில் அவர் காஞ்சிரை மரத்திலிருந்து கீழே குதிக்க எத்தனித்தார். ரோஹன உருவாக்கிய அந்தக் கட்சியில் இதை விடவும் மோசமான விடயங்களெல்லாம் நடைபெற்ற விதங்களை எடுத்துக் கூறியும், இனியும் அது அவரது கட்சியில்லை என்பதை அவருக்கு ஞாபகப்படுத்தியும் அவரைக் காப்பாற்றினேன். அன்று ரோஹனவின் கவலையைப் போக்குவதற்காக என்னிடமிருந்த ஒரு கட்டு பீடியையும் அவருக்கே கொடுக்க வேண்டி வந்தது.

தேர்தல் முடிவுகளைப் பார்த்துக் கொண்டிருந்தே நாட்கள் கடந்து கொண்டிருக்கையில் இறுதித் தேர்தல் முடிவுகளையும் பார்த்து நான் மிகவும் வெறுத்து சலித்துப் போயிருக்கும் கணம் இது. என்றாலும், நான் இதை எழுதிக் கொண்டிருக்கிறேன். ஜனாதிபதி கூறும் எந்தவொரு விடயமும் சுற்றறிக்கைதான் என ஜனாதிபதியே கூறியிருக்கிறார். பொதுமக்கள் அவற்றை ஏற்றுக் கொள்வதற்காக எந்த விதமான சுற்றறிக்கையும் அவரால் கோரப்படவில்லை. நான் பாயில் படுத்துக் கொண்டு அங்குமிங்குமாகப் புரண்டு கொண்டிருந்த ஒரு பகல் வேளையில் ப்ரியம்வதாவின் புகைப்படத்தைப் பார்க்கத் தோன்றி, (எனக்கு ப்ரியம்வதாவின் புகைப்படம் கிடைத்த விதம் பற்றி பிறகு கூறுகிறேன்) எனது ஆடைகளிருந்த பெட்டியைத் துழாவிய வேளையில் தங்கை எனக்காகவும், அவளுக்காகவும் என்னிடம் தந்து விட்டுச் சென்றிருந்த இரண்டு புத்தகங்கள் கைக்கு அகப்பட்டன. அவள் அந்தப் புத்தகங்களை என்னிடம் பத்திரமாக வைத்திருக்கச் சொல்லி, தந்து விட்டுச் சென்று இதை எழுதிக் கொண்டிருக்கும் நிகழ்காலத்துக்கு ஒரு வருடம் கடந்து விட்டது.

அந்த கடந்த கால சம்பவத்தை இப்போது நான் எழுதுகிறேன். அதை நான் இங்கு குறிப்பிடுவது, நதீக குருகே பற்றி எழுத வேண்டும் என்பதற்காகவல்லாது வசந்தனைப் பற்றி எழுத வேண்டும் என்பதற்காகத்தான்.

அன்று தங்கை வெகுகாலம் கழித்து வீட்டுக்கு வந்து என்னிடம் ஒரு புத்தகத்தை நீட்டினாள். நான் வாசிப்பதைக் கை விட்டிருந்த காலம் தொட்டு அவள் செய்யாத ஒரு விடயம் அது. ஆனாலும் அன்று அவள் அதைச் செய்தாள்.

‘என்னது இது?’

‘புத்தகமொண்ணு.’

‘எதுக்கு?’

‘பாரேன்.’

‘நான் இப்பல்லாம் புத்தகம் வாசிக்குறதில்ல.’

‘தெரியும். பரவால்ல. கொஞ்சம் கையில எடுத்துப் பாரேன்.’

தங்கை, அவள் எட்டாம் வகுப்பில் படித்த காலத்தில்தான் கடைசியாக அழுதாள் என்பது எனக்கு நினைவிருக்கிறது.

‘நீ படிச்சு பரீட்சையெல்லாம் பாஸாகி பெரிய அதிகாரியா ஆகப் போறியோ? கை கால அசைச்சு ஒரு வேலையும் செய்யாத பரத்தை. என்னையே சாவடிச்சுட்டிருக்குறே. ஒரு நாளைக்கு உனக்கு என்ன ஆகப் போகுதுன்னு பாரு’ என்று திட்டியவாறு அம்மா, தங்கை எட்டாம் வகுப்பில் படித்த காலத்தில் அவள் படித்துக் கொண்டிருந்த பாடப் புத்தகத்தைப் பறித்தெடுத்து கொஹில செடிகள் அடர்ந்து வளர்ந்திருந்த சேற்றுக்குழிக்குள் வீசியதால்தான் அன்று அவள் அழுது கொண்டிருந்தாள். பின்னர் அவள் கோபத்தால் புறுபுறுத்தவாறு அம்மாவையே முறைத்துப் பார்த்துக் கொண்டிருந்தாள்.

'ஏன் என்னை அடிக்கப் போறாயோ?' என்று மீண்டும் அம்மா அவளைப் பார்த்துச் சீறினாள். அம்மாவையே இமைக்காமல் பார்த்துக் கொண்டிருந்த தங்கை ஒரு வார்த்தை கூட பேசாமல் எழுந்து சென்று கொஹில செடிகளின் முற்கள் உடம்பில் குத்தக் குத்த கொஹில அடர்ந்து வளர்ந்திருந்த சேற்றுக்குழியிலிருந்து புத்தகத்தை எடுத்துக் கொண்டு வந்து மீண்டும் படிக்கத் தொடங்கினாள்.

'படி... படி... நாசமாப் போனவளே... படிச்சுப் படிச்சே நீ கெட்டுச் சீரழிஞ்சுதான் போகப் போறாய்...'

அன்றைக்குப் பிறகு தங்கை ஒருபோதும் அழுததேயில்லை.

அப்படிப்பட்டவளின் கண்களில் பல வருடங்களுக்குப் பிறகு திரும்பவும் எட்டிப் பார்ப்பது போல கண்ணீர் துளிர்த்திருந்தது. அதனால் மாத்திரம்தான் தங்கை நீட்டிய புத்தகத்தைப் பெற்றுக் கொண்டேன். புத்தகத்தின் பெயர் 'எனக்கு உன்னை நினைவிருக்கிறது அமந்தா.' சிலி நாட்டு பாடகரும், பாடலாசிரியரும், நாடக இயக்குநரும், கவிஞரும், அரசியல் செயற்பாட்டாளரும் ஆன விக்டர் ஹாரா எழுதிய நூலின் சிங்கள மொழிபெயர்ப்புப் பிரதி.

நான் அவளது விழிகளை உற்று நோக்கினேன்.

'இது எதுக்கு?'

'புரட்டிப் பாரேன்.'

'புரட்டியாச்சு.'

'இந்தப் புத்தகத்தோட முன்னுரையை பாடகர் நதீக குருகே எழுதியிருக்கார்.'

'அதுக்கு?'

'அதை மட்டுமாவது பாரேன்.'

தங்கையின் புதிய கண்ணீருக்காக மாத்திரம் அதை வாசித்துப் பார்த்தேன். வாசித்ததும் தங்கையின் முகத்தைப் பார்த்தேன். பாயின் மூலையொன்றில் அமர்ந்திருந்த அவள் தனது கையில் வைத்துக் கொண்டிருந்த மற்றுமொரு புத்தகத்தை வாசித்துக் கொண்டிருந்தாள். அந்தப் புத்தகத்தின் பெயர் 'தீராப் பாடல்.'

'அது வசந்தன் தந்த புத்தகமா?'

'ஆமா.'

'வசந்தன் ஸ்கூலிலிருந்து போனாப் பிறகு வஜ்ரவிடம் கொடுத்தனுப்பியிருந்த புத்தகம் அது.'

'அதேதான்.'

'இந்தப் புத்தகம் எங்கிருந்து கிடைச்சது?'

'சிநேகிதன் ஒருத்தன் தந்தான். சமீபத்துல வெளியிட்ட புத்தகமொண்ணு. முன்னுரை ரொம்ப நல்லாருக்குன்னு சொல்லித் தந்தான். இப்பதான் அதை வாசிச்சுப் பார்த்தேன். எனக்கு அவனோட கன்னத்துல ஒரு அறை கொடுத்துட்டு வரணும்.'

'அந்தப் பாடகரோட கன்னத்துலயா?'

'இல்ல. இந்தப் புத்தகத்தைத் தந்தவனோட கன்னத்துல.'

'நான் காண்பது நிஜமா?'

'எது?'

'கண்ணீர்?'

'ஆமா.'

'எதுக்காக?'

'வசந்தன் ஞாபகம் வந்துச்சு.'

'வசந்தனை நினைச்சு ஒரு நாளும் நீ அழுததில்லயே.'

'நான் இதை உன்கிட்ட இன்னும் சொல்லல. சமீபத்துல ஒரு நாள் வசந்தனை பஸ்ஸில வச்சு சந்திச்சேன். கண்டியில வச்சு. அவன் பஸ்கள்ல பாட்டு பாடிட்டிருக்கான்.'

'அதுக்கு?'

'தெருவோரத்துலயும் நின்னுக்கிட்டு பாட்டு பாடிட்டிருந்தான்.'

'அதுக்கு?'

'கவலையா இருந்துச்சு.'

'உனக்குப் பைத்தியமா தங்கச்சி? என்னாச்சு உனக்கு?'

'கடந்த காலத்துக்குப் போயிட்டிருக்கேன்ல?'

'இல்ல. இப்படியொரு நிலைமைல நீ இருக்கவேயில்ல. வேற எங்கேயோ போயிட்டிருக்காய்.'

'எனக்கு கவலையா இருக்குண்ணா.'

'அதுதானே மக்களுக்காகப் பாடுற சரியான முறை. நீதானே அப்படிச் சொல்லியிருக்கே. என்கிட்டே இருந்து பீடித் துண்டொண்ணை வாங்கிக்க காஞ்சிரை மரத்தோட உச்சிக்கு ஏறின நாள்லயும் நீ கண்டி இசைக் குழுவைப் பற்றி ஞாபகப்படுத்தினாய்.'

'ஜனங்களுக்கு டீவிலயும், சினிமாவுலயும் பாடுற பாடகர்கள்தான் பெருசாப் போயிடுச்சு.'

'அதுதான் உனக்கு முன்பே தெரியுமே.'

'நம்ம ஆட்களுக்கும் அப்படிப்பட்டவங்கதான் பெரிய ஆளுங்க.'

'நீ இப்போ எதுக்காக அழுதுட்டிருக்காய்னு தீர்மானிச்சுட்டு அழுவுறது நல்லது.'

பீடி | தக்ஷிலா ஸ்வர்ணமாலி | எம். ரிஷான் ஷெரீப் | 149

'வசந்தன் தெரு வழியே ஜனங்களுக்காக பாட்டு பாடிட்டிருக்குறதைக் கண்டதும் எனக்குள்ள தாங்க முடியாத அளவுக்கு சந்தோஷம்தான் தோணுச்சு.'

'இப்போ நீ அழுதுட்டிருக்குறது வசந்தனைப் பற்றிய கவலையிலோ, அந்தப் பாடகர் மேல உள்ள கோபத்திலோ இல்ல.'

'நான் வசந்தனை இப்பவும் காதலிச்சிட்டிருக்கேனாண்ணா?'

'இல்ல தங்கச்சி. அதைக் காதல்னு சொல்ல முடியாது. எட்டாம் வகுப்புல காதலைப் பற்றி உனக்கு என்னதான் தெரிஞ்சிருக்கப் போகுது?'

'அப்படீன்னா இது என்னது?'

'நீ இப்போ அவனைக் காதலிக்கிறாய் என்பதாக இருக்கும்.'

'ஏன் எனக்கு அழுகை வருது?'

'பல வருஷமா நீ அழவேயில்ல என்றதால.'

'உனக்கு இப்பவும் ப்ரியம்வதா நினைவுக்கு வராளா?'

'உனக்கு வசந்தனோட பாடல்கள் மேல தோன்றிய விருப்பமா இது என்பதுல நீ தெளிவாயிரு. குழப்பிக்காதே. அப்படியொரு குழப்பத்துல இருந்துதான் நான் மீண்டு வந்திருக்கேன்.'

அந்தப் பிரபலமான பாடகர் நதீக குருகேயின் முன்னுரை பற்றிய விபரங்களைக் கூறுவதற்கு முன்பு, தங்கைக்கு புதிதாக கண்ணீரைத் தோற்றுவித்த வசந்தனைப் பற்றி நான் உங்களிடம் கூறி விடுகிறேன்.

பல்கலைக்கழகத்தில் மிகச் சிறப்பாகப் படித்துக் கொண்டிருந்த வசந்தனின் முதல் தர பட்டப்படிப்பானது நாகரிகமான, பணக்கார, அழகிய இளம்பெண்ணொருத்தியால் இரண்டாம் தரமாக ஆகிப் போனது. அதனால் பல்கலைக்கழகத்திலேயே

முதலாம் இடம் எனும் தகைமை இடம் மாறிப் போனது. பல்கலைக்கழகத்திலேயே முதலாம் இடத்தைப் பெற்றுக் கொண்ட அந்த நாகரிகமான, பணக்கார, அழகிய இளம்பெண் தனது வசதிக்கும், விருப்பத்துக்கும் ஏற்ற விதத்தில் வாழ்க்கையைத் தேர்ந்தெடுத்துக் கொண்டாள். அதன் பிறகு வசந்தன், தான் படித்துக் கொண்டிருந்த பட்டப்படிப்பின் ஆய்வறிக்கையை பல்கலைக்கழகத்தில் ஒப்படைத்ததன் பிறகு அதை பரீட்சை ஆய்வாளர்களுக்கு அனுப்பி வைக்கவும் சரியாக ஒரு ஆண்டு எடுத்துக் கொள்ளப்பட்டிருந்தது.

எனது தங்கை எட்டாம் வகுப்பில் வைத்து பதின்மூன்றாம் வகுப்பில் படித்துக் கொண்டிருந்த மாணவன் ஒருவனுடன் அவளது காதல் தொடர்பைத் தொடங்கிய வேளையில் நான் அதே பாடசாலையில் பன்னிரண்டாம் வகுப்பில் படித்துக் கொண்டிருந்தேன். அதுவரையில் நான் எவ்வித காதல் சம்பந்தமான தொடர்புகளுக்கும் ஆட்பட்டிருக்கவில்லை என்பதை இப்போது நீங்கள் அறிவீர்கள். தங்கையின் அந்தக் காதல் வசந்தனோடுதான். இந்த நூலில் ஆரம்பத்தில் இதற்கு முன்பு ஒரு தடவை நான் வசந்தனைப் பற்றியும், தங்கையைப் பற்றியும் குறிப்பிட்டிருக்கிறேன்.

நானோ, தங்கையோ வசந்தனை அண்ணா என்று அழைப்பதை வசந்தன் எதிர்பார்க்காததால் நாங்கள் இருவருமே எம்மை விடவும் வயதில் மூத்தவரான வசந்தன் அண்ணனை வசந்தன் என்று அழைக்கவே அக்காலத்திலிருந்து பழகியிருந்தோம்.

ஒரு நாள் பாடசாலையில் இடைவேளையில் வைத்து வசந்தன் எனது முதுகில் தட்டி இவ்வாறு சொன்னான்.

'மச்சான் நான் எழுதி லங்காதீப பத்திரிகையில தொடரா வெளிவந்த ஒரு கட்டுரைத் தொகுப்பு என்கிட்ட இருக்கு. 1973 இல் சர்வாதிகாரி பினோசெட் ஆட்சியில் கைது செய்யப்பட்டும் சித்ரவதை செய்யப்பட்டும் இறுதியில் சுட்டுக் கொல்லப்பட்டவருமான சிலியின் மக்கள் பாடகன் விக்டர் ஹாரா பற்றி நான் எழுதிய தொடர் அது. அதை

உனக்கு வாசிக்கத் தாறேன். வாசிச்சுட்டுக் கொண்டு வந்து கொடு.'

மறுநாள் வசந்தன் அந்தத் தொகுப்பை என்னிடம் கொண்டு வந்து கொடுத்தான். இள வண்ணத்திலிருந்த ஒரு காகிதக் கோப்புக்குள் வைக்கப்பட்டிருந்த அந்த பத்திரிகைப் பக்கங்களின் தோற்றம் ப்ரியம்வதாவின் காராம்புல் கதிர்க் கட்டைப் போலவே இப்போதும் எனக்கு நினைவிருக்கிறது. ஆனால் அவை எவற்றையும் வாசித்தது நானல்ல. எட்டாம் வகுப்பிலிருந்த எனது தங்கைதான் அவை அனைத்தையும் வாசித்தாள். எனது கட்டிலில் அமர்ந்து கொண்டு தங்கை எனக்கும் கேட்க சத்தமாக வாசித்துக் கொண்டிருந்தாள்.

இனி, தங்கையை அழ வைத்த காரணத்தைச் சொல்கிறேன். அன்று வசந்தன் எழுதிய கட்டுரைத் தொடரை அப்படியே பிரதி பண்ணித்தான், 'எனக்கு நினைவிருக்கிறது அமந்தா' எனும் நூலில் அந்த முன்னுரையை அந்தப் பிரபல பாடகர் நதீக எழுதியிருந்தார். அவ்வாறானவர்கள் இக் கால கட்டத்தில் நிறையப் பேர் இருக்கிறார்கள். இதில் வியப்படைய ஏதுமில்லை. இதை நான் இங்கு குறிப்பிட்டது தங்கை மீதுள்ள அளவற்ற அன்பினாலே அன்றி, நதீக குருகே மீது கடுகளவேனும் கோபப்பட்டதால் அல்ல.

வசந்தன் கொடுத்த 'தீராப் பாடல்' புத்தகத்தைத்தான் தங்கை கையில் வைத்திருந்தாள். அவள் அழுது கொண்டிருந்தாள்.

'அண்ணா... எனக்கும் கூட இது காதல் இல்லைன்னுதான் தோணுது.'

'நம்ம பரம்பரை வீட்டுக்குப் போய் அம்மாவையும் சேர்த்துக்கிட்டு ஏதாவது மெகா சீரியல் பார்த்தேன்னா உன்னோட இந்த குழப்பமெல்லாம் தீர்ந்துடும்.'

'எது?'

'வசந்தனும், அந்தப் பாடகனும் ஞாபகம் வர்றது.'

‘அண்ணா...’

‘நீதான் எதையும் பார்க்க மாட்டியே. அதான் இது...’

தங்கை ‘தீராப்பாடல்’ நூலின் அட்டையில் விரல்களால் தட்டித் தட்டிச் சிரித்தாள்.

‘வசந்தன் அன்னிக்கு ருத்ராட்சக் கொட்டை மாலையெல்லாம் போட்டிருந்தான்ணா. அதான் எனக்கு ஒரே குழப்பமா இருக்கு.’

‘அடடா... இதை விட எவ்வளவோ கவலையான விஷயங்களெல்லாம் எங்களுக்கு நடந்திருக்கு. இவ்வளவு சின்ன விஷயத்துக்கு கவலைப்பட்டுட்டு இருக்கிறதே வீண்.’

‘இந்த விந்தையான இயற்கையில நம்ம கண்ணுக்குப் புலப்படாத சக்தி வாய்ந்த பல விஷயங்களும் இருக்குதாம்.’

‘இருக்கக் கூடும்தானே.’

‘ஆனா அதனால இந்த சிஸ்டத்தை மாற்ற வேண்டிய தேவை இல்லாமப் போயிடாது. அந்தத் தேவை இன்னுமின்னும் உறுதியாகிடும்.’

‘இப்பல்லாம் நான் அதைப் பற்றியெல்லாம் யோசிக்குறதேயில்ல.’

‘நீயும் ருத்ராட்சக் கொட்டையை நம்புறியாண்ணா?’

‘இப்பல்லாம் எனக்கு எந்தவொரு விஷயத்திலும் நம்பிக்கை தோணுதில்ல. அவநம்பிக்கையும் தோணுதில்ல.’

‘அவனும் அஞ்சலியைப் போல கற்களையெல்லாம் சேகரிச்சுட்டிருக்கான்.’

‘அவனும் கற்களையெல்லாம் சேகரிப்பானாக இருக்கும். ஆனா அது அஞ்சலியைப் போல இல்ல.’

‘அது சரிதான். அவன் மடகஸ்காருக்குப் போயிருந்தப்ப நேபாளத் தோழன் ஒருத்தன் கொடுத்த கல்லொண்ணை அவன் என்கிட்டே காட்டினான். அந்தக் கல்லு சூரிய ஒளியிலிருந்து ஏதோவொரு வெளிச்சத்தை உள்வாங்கி வச்சுக்கிட்டு உடலுக்குள் பரிமாற்றம் செய்யுதாம்.’

‘அது விஞ்ஞானம்தானே தவிர மூட நம்பிக்கை இல்லன்னு இப்போ உனக்குத் தோணத் தொடங்கியிருக்குதானே?’

‘அட... ஆமால்ல... உனக்கும் அப்படித்தான் தோணுதா?’

‘இப்பல்லாம் எனக்கு எதுவுமே தோணுதில்ல.’

‘மூட நம்பிக்கை சார்ந்து ஆட்கள் செயற்படும்போது மூட நம்பிக்கை என்பதுவும் இயற்பியல் சார்ந்ததுதான். ஆனா நான் இங்க சொல்ல வாறது அதுவல்ல. ஒருத்தன் சொல்றதை வச்சு அவன் இயற்பியல்வாதி இல்லன்னு நிரூபிக்கிறது கஷ்டம். முதலாளித்துவத்தை ஒழிச்சுக் கட்டியே ஆகணும்னு இப்பல்லாம் அவன் ஆழமா யோசிச்சுட்டிருக்கான். அதைத்தான் அவன் செஞ்சுட்டிருக்குறதா சொல்றான். அவனோட இலக்கு மாறவேயில்ல. ஆனா அவனோட செயற்பாடுகளால இந்த சிஸ்டத்துல இருக்குற நிஜமான பிரச்சினைகள் மூடப்படுறதா நான் உணர்றேன்.’

‘அப்போ நீங்க ரெண்டு பேரும் நிறையத் தடவைகள் சந்திச்சுட்டிருக்கீங்க.’

‘அவர் நூல்களால கற்களைச் சூழப் பின்னி மாலை செய்றார்.’

‘அத்தைகிட்டயிருந்து ரேந்தை பின்னக் கத்துக்கச் சொல்லி அஞ்சலிக்கிட்ட சொல்லணும். ஸ்கூலுக்குப் போன காலத்துல வசந்தன் ஒரு நாள் திடீர்னு நம்ம வீட்டுக்கு வந்து நின்னது தங்கச்சிக்கு ஞாபகம் இருக்கா? ஒரு தடவைதான் அவன் வந்திருக்கான். வந்து என்னையே பார்த்துக்கிட்டு கஜூ மரத்துக் கொப்புல உட்காந்துக்கிட்டு கிடாரை இசைச்சுக்கிட்டே பாட்டும் பாடினான்.’

'ஆமா. அவன் எனக்காக ஏதாவது பாட்டு பாடுவான்னு காத்துட்டிருந்தா அவன் உனக்காகப் பாடினான்.'

'எனக்காகத்தான் பாடினான்னு நாம ரெண்டு பேருமே நம்பிட்டிருந்திருக்கோம்.'

ஒன்று

சமரதுங்க இரண்டாவது தடவையாகவும் அம்மாவைக் கை விட்டுச் சென்றார். அம்மா இந்தத் தடவை கர்ப்பிணியாக இருக்காதது மாத்திரமே இரண்டு தடவைகளுக்குமான வேறுபாடாக இருந்தது. அம்மா நாற்புறமும் சமரதுங்கவைத் தேடித் திரிந்தாள். தன்னந்தனியே தேடியலைந்தாள். அவரைத் தேடி அவள் பம்பலப்பிட்டிக்கும் போனதாக அஞ்சலி சொன்னாள். சமரதுங்க பணி புரிந்த இடங்கள், தங்கியிருந்த இடங்கள், சாரதாவுடன் வசித்த வீடு, வேறு பெண்களின் வீடுகள், தேநீர்க் கடைகள், சூதாட்டக் களங்கள் உள்ளிட்ட அனைத்து இடங்களுக்கும் சமரதுங்கவைத் தேடிக் கொண்டு அம்மா போன போதிலும் அவளால் கண்டுபிடிக்க முடியவேயில்லை. கடைசியில் அம்மா தனது முயற்சியைக் கை விட்டிருந்தாள்.

சமரதுங்க எமது ஊரிலிருந்து காணாமல் போனதற்கு முந்தைய தினம் என்னைத் தேடி வந்து எனது கையால் தயாரிக்கப்பட்ட தேநீரை அருந்தி விட்டுப் போயிருந்தார். அன்று தனது சட்டைப் பையில் எப்போதும் துருத்திக் கொண்டிருக்கும் சிறிய பணப் பையை எடுத்து எனக்கு அதிலிருந்த சாரதாவின் புகைப்படமொன்றைக் காட்டினார்.

'கல்லுல செதுக்கினது போல சாரதா என்னோட மனசுல பதிஞ்சிருக்காள், மகனே. நீ இந்தப் போட்டோவை பாதுகாப்பா வச்சுக்கணும் மகன்.'

சமரதுங்க எமது பரம்பரை வீட்டை விட்டுப் போகத் தீர்மானித்திருப்பதை அறியாத நான், அம்மா சாரதாவின் புகைப்படத்தைக் காண நேர்ந்தால் சமரதுங்கவின் கதி அவ்வளவுதான் என்பதனால், சமரதுங்கவுக்கு உதவும் முகமாக, இரண்டு தடவைகள் யோசித்துப் பார்க்காமல் சாரதாவின் புகைப்படத்தை வாங்கி வைத்துக் கொண்டேன்.

அந்தப் புகைப்படத்தில் சாரதாவுடன் சமரதுங்கவும் இருந்தார்.

மறுநாள் சமரதுங்கவோடு, அவரின் உடைமைகளும் காணாமல் போயிருப்பதை நான் தெரிந்து கொண்டதன் பிறகு, மிகவும் பாதுகாப்பாக சாரதாவின் புகைப்படத்தை பத்திரப்படுத்தி வைத்தேன்.

அம்மா சமரதுங்கவைத் தேடுவதை நிறுத்தி விட்ட பிறகும் நான் மீண்டும் மீண்டும் பல தடவைகள் சாரதாவின் புகைப்படத்தை வெளியே எடுத்துப் பார்த்து மீண்டும் மீண்டும் எனது ஆடைகளை இட்டிருந்த பெட்டியின் மத்தியில் அதைக் கவனமாக பாதுகாத்து வைத்தேன். நான் அஞ்சலியிடமிருந்து கொஞ்சம் வெட்டிவேரையும் கேட்டு வாங்கிக் கொண்டு வந்து ஆடைப்பெட்டியில் இட்டு வைத்தேன். பின்னொரு நாளில் அஞ்சலி வாங்கிக் கொண்டு வந்து தந்த கற்பூர உருண்டைகளையும் ஆடைப்பெட்டியில் போட்டு வைத்த நான் அந்த கற்பூர உருண்டைகள் கரைந்து சிறியதாகையில் மீண்டும் அஞ்சலியிடம் கற்பூர உருண்டைகளைக் கேட்டு வாங்கிக் கொண்டு வந்து ஆடைப்பெட்டியில் போட்டு வைத்தேன்.

(சாரதாவும் சமரதுங்கவும் இருந்த அந்தப் புகைப்படத்தில் சாரதாவின் பாகம் மாத்திரம் இந்த நூலின் கடைசிப் பக்கங்களில் அச்சிடப்பட்டுள்ளது.)

இரண்டு

அம்மா பரம்பரை வீட்டில் தனித்துப் போனாள். எனக்கு கவலை தோன்றவேயில்லை. சமரதுங்க போய் விட்டாரே என்று அம்மாவைப் பார்ப்பதற்காக பரம்பரை வீட்டுக்கு நான் காலடி எடுத்து வைக்கவுமில்லை. ஆனால் அஞ்சலி போய் வந்தாள். எனக்கு செய்திகளை எடுத்து வருவதும் அவள்தான்.

'ஒரே ஒரு தடவையாவது அம்மாவைப் பார்த்துட்டு வரப் போவோம் நயன்' என்று அஞ்சலி பல தடவைகள் வற்புறுத்திய பின்னர் ஒரு நாள் பரம்பரை வீட்டுக்குப் போனேன்.

அம்மா எவ்வித சலனங்களுமற்று விறாந்தையில் அமர்ந்து கொண்டு நெடுநேரமாக காட்டு வல்லாரையை சுத்திகரித்துக் கொண்டிருந்தாள். அஞ்சலி அரிசிப் பானையை அடுப்பில் வைத்து வட்டக்காய் குழம்பு வைக்கும் வரைக்கும் நான் அஞ்சலியையே சுற்றி வந்து கொண்டிருந்தேன். அம்மா என்னுடன் கதைக்கவில்லை.

'உன்கிட்டயும் இப்படித்தானா?'

'எப்படி நயன்?'

'பேச மாட்டாவா?'

'அவ்வளவா இல்ல.'

'அப்புறம் எதுக்கு வரணும்?'

'ஐயோ அப்படியெல்லாம் சொல்லக் கூடாது நயன்' என்ற அஞ்சலி மண்வெட்டியை எடுத்துக் கொண்டு போய் முற்றத்தில் களை பிடுங்கத் தொடங்கினாள்.

'உனக்குன்னா பைத்தியம் பிடிச்சிருக்கு.'

‘இந்த இடமெல்லாம் காடு மண்டிப் போயிருக்கு நயன். நான் மண்வெட்டியால கொத்தி களை பிடுங்குற வரைக்கும், மெதுமெதுவா புற்களைப் பிடுங்கிப் போட உன்னால முடியுமா?’

‘எதுவும் செய்யாம கொஞ்ச நேரம் சும்மா இரேன். நீ இந்தக் காணியைப் பிடிச்சுக்க வந்திருக்கேன்னு சொல்லிடுவா.’

‘சொன்னா சொல்லட்டும்.’

நான் புற்களைப் பிடுங்கத் தொடங்கினேன்.

‘நயன்’ என்ற அஞ்சலி மண்வெட்டியால் கொத்தும் வேகத்தைக் குறைத்தாள்.

‘ஒரு விஷயம் சொல்லணும்னு இருந்தேன்.’

‘என்னது?’

‘நயன்... ப்ரியம்வதா கல்யாணம் முடிச்சுட்டா’ என்று கொத்துவதை நிறுத்தி விட்டு மண்வெட்டியின் மீது கைகளை ஊன்றிக் கொண்டு அஞ்சலி கூறினாள்.

‘கல்யாணம் பண்ணிக்கவே மாட்டேன்னு சொல்லிட்டிருந்தாளாம். வீட்டுல கட்டாயப்படுத்தியிருப்பாங்க போல. வாற வாற சம்பந்தங்கள் எல்லாத்தையும் வேணாம், பிடிக்கலன்னே சொல்லிட்டிருந்தாளாம். ஆனா கடைசில கல்யாணத்தைப் பெருசா எடுத்திருக்காங்க. கல்யாணத்துக்கு வந்தவங்களுக்கு தேங்க் யூ கார்டெல்லாம் கொடுத்திருக்காங்கன்னா பாரேன். சுரங்கிதான் சொன்னா. சில வேளை மாப்பிள்ளை வீட்டுக்காரரோட ஏற்பாடா இருக்கும்.’

அஞ்சலி, தான் கொத்திப் போட்டிருந்த களைச் செடிகளின் வேர்களில் ஒட்டியிருந்த மண்ணை இடது காலால் மிதித்து அகற்றியவாறு மிகவும் கவனமாக வார்த்தைகளைத்

தேர்ந்தெடுத்துக் கோர்த்து ஏனைய நேரங்களை விடவும் அமைதியாக, மிகவும் சாந்தமாகத்தான் அதைச் சொன்னாள்.

'எனக்கும் ஒரு கார்டைத் தேடித் தாயேன்னு நான் சுரங்கிகிட்ட சொல்லியிருக்கேன். அவள் தேடித் தருவாள். இல்லேன்னா அவளுக்குக் கிடைச்சதைக் கூட பார்த்துட்டுக் கொடுக்க கேட்டு வாங்கிக்கலாம். ஆனா எங்களுக்குன்னே ஒண்ணு இருந்தா அதைப் பத்திரமா வச்சுக்கலாம்தானே. கார்ட் கிடைச்சா எடுத்துட்டு வாறேன். அழகா இருந்தாளாம். நம்ம வயசுதான்னாலும் ப்ரியம்வதா வயசானவளாத் தெரியவே மாட்டாளே.'

அஞ்சலி திரும்பவும் களைகளைக் கொத்திப் புரட்டத் தொடங்கினாள்.

'ஸ்கூல் நாட்கள்ல சுவர் சஞ்சிகைல இருந்து கழற்றியெடுத்த கவிதைகளைக் கொண்டு நீ ப்ரியம்வதாவோட கவிதைத் தொகுப்பொண்ணு தயாரிச்சியா?' என்று அவள் களை பிடுங்கியவாறே கேட்டாள்.

'ஆமா. ஆனா நான் அதை வச்சுக்கல. அவள்கிட்டயே கொடுத்துட்டேன்.'

'அவள் கல்யாணம் முடிச்சு வீட்டை விட்டுப் போறப்போ அதையும் எடுத்துட்டுப் போயிருக்கா.'

'உனக்கு யார் சொன்னது?'

அஞ்சலி கொத்துவதை நிறுத்தி விட்டு மீண்டும் மண்வெட்டியின் மீது இரண்டு கைகளையும் ஊன்றிக் கொண்டாள்.

'சுரங்கி. அவள்தான் அவளோட துணிமணிகளை அடுக்கி வைக்க ஒத்தாசைக்குப் போயிருக்கா. அவளோட ஆடைப்பெட்டிலதான் போட்டு எடுத்துட்டுப் போனாளாம். அலுமாரியில பத்திரமாப் பாதுகாத்து வச்சிருந்திருக்கா.'

'அவளோட கவிதைகள்தானே இனி.'

'அந்தத் தொகுப்பை ஆசையாத் தடவித் தடவி நீ செஞ்சு கொடுத்ததுன்னு சொல்லிட்டே இருந்தாளாம்.'

எனக்கு அஞ்சலியிடம் கூறப் பொருத்தமான வார்த்தைகள் எவையும் அவ்வேளையில் தட்டுப்படவில்லை. அந்த இடத்திலிருந்த புற்களையெல்லாம் பிடுங்கி முடிக்கும் வேளையில் எனக்கு அஞ்சலியிடம் விசாரிக்க ஒரு விடயம் ஞாபகத்துக்கு வந்தது.

'யாரைக் கல்யாணம் கட்டியிருக்கா?'

'ஆரி முதலாளியோட மகனை. சுரங்கிட்ட சொல்லி கவிதைகளை போட்டோ கொப்பி அடிச்சுத் தரட்டுமா? உனக்குன்னு சொல்லாம?'

'வேணாம்.'

'ஏன்?'

'எனக்கு அதெல்லாம் மனப்பாடம் ஆகிட்டுது. ரொம்ப காலமா என்கிட்டத்தானே இருந்துச்சு.'

'அப்படீன்னா மறந்து போறதுக்கு முன்னால எழுதி வச்சுக்குவோம். எனக்கும் வாசிக்க ஆசையா இருக்கு.'

'எனக்கு அதையெல்லாம் மறக்கணும்.'

'அவள் கல்யாணம் பண்ணிக்கிட்டாங்கறதுக்காக நீ அதையெல்லாம் மறந்துடணும்னு ஒண்ணும் அவசியம் இல்லையே.'

'அவள் கல்யாணம் முடிச்சதுக்கும் அதுக்கும் ஒரு சம்பந்தமும் இல்லையே.'

புல்லின் நுனியில் படிந்திருந்த பனித் துளியை சூரியன் கொண்டு போயிற்று.

புல்லின் நுனியில் படிந்திருந்த தூய பனித் துளியை சந்திரன் கொண்டு போயிற்று.

உயிர் முனையில் படிந்திருந்த குருதித் துளியை நட்சத்திரம் கொண்டு போயிற்று.

வளர்ந்த வீட்டிலேயே நீ இறுதி யாத்திரை போய் விட்டிருந்தாய்.

மூன்று

எனது முதலாவது மணப்பெண்ணின் தேங்க் யூ கார்டினை அஞ்சலி எனக்கு தேடிக் கொடுத்தாள். நான் அதிலிருந்த மணமக்களின் புகைப்படத்தில் ப்ரியம்வதா மாத்திரம் இருக்கும் பகுதியைக் கத்தரித்து சாரதாவின் அருகில் பாதுகாப்பாக வைத்தேன். எஞ்சிய பகுதிகளை அஞ்சலி சேகரித்து எடுத்துக் கொண்டு போனாள்.

எமது திருமண வீட்டுக்கு மர அணில் மாத்திரம் வருகை தந்ததுவும், அது எமக்கு கொக்கோ விதைகளை அன்பளிப்பாகக் கொடுத்ததுவும் எனக்கு மீண்டும் மெலிதாக ஞாபகம் வந்தது. சுவர் சஞ்சிகையிலிருந்த ப்ரியம்வதாவின் புறாக்களைப் போன்ற எழுத்துக்கள் என்னுள் மீண்டும் காத்திரமாகத் தோன்றின.

செப்டம்பர் மழையால் முடியாது
மண்ணை அவ்வளவாகத் துளைக்க.

இந்த உள்ளங்கால்கள் இன்னும் பதமாகவில்லை
களைத் தளிர் சாக உழைக்க.

வானவில்லைக் கொண்டு வந்து தரவா
கன்னத்தில் ஏழு வர்ணம் பூசிக் குழைக்க.

மலர் வடங்கள் அவசியமற்ற மரணமொன்றை
எடுத்துக் கொண்டு
ஓய்வறைக்குள் நீங்கள் அழைக்க.

(ப்ரியம்வதாவின் அந்த மணப்பெண் புகைப்படப் பாகம் இந்த நூலின் கடைசிப் பக்கங்களில் அச்சிடப்பட்டுள்ளது.)

நான் ஒருபோதும் மறக்காத அந்தக் காட்சியை, காராம்புல் கதிர்க் கட்டொன்றை எடுத்துக் கொண்டு வந்து எனது மணப்பெண்ணான அந்தக் காட்சியை நான் ஒருபோதும் ஓவியமாக வரைந்து வைக்கவில்லை என்பதோடு,

சமரதுங்கவின் மனதிலிருக்கும் சாரதாவைப் போல எனது மனதில் அது பதிந்து போயுள்ளது. உங்கள் பார்வைக்கு வைப்பதற்காக அதை அப்படியே வரைய எவராலும் முடியாது. இடைப்பகுதியில் அகன்ற இள நிறத்திலான நீண்ட கவுண். கணுக்கால் வரைக்கும் நீண்டது. ஒரு அலங்காரமும் அற்றது. குடம்புளி கறை படிந்தது. அந்த கவுன் அளவுக்கு அழகானதாக இல்லை இந்த மணப்பெண் ஆடை.

நான்கு

நான் கொஞ்சம் கொஞ்சமாக பரம்பரை வீட்டுக்குப் போய் வீடு வாசல் தோட்டம் துரவுகளை சுத்திகரித்து விட்டு வரப் பழகியிருந்தேன். அஞ்சலியென்றால் அடிக்கடி அம்மாவைப் பார்த்து, சமைத்து, துணி துவைத்து, கூட்டிப் பெருக்கி, விறகு தேடிக் கொடுத்து வந்தாள். நாங்கள் பலாக்காய், ஈரப் பலாக்காய்களை சமைத்த நாட்களில் அஞ்சலி அம்மாவுக்கும் ஒரு பங்கைக் கொண்டு போய் கொடுத்து விட்டு வந்தாள். அம்மாவுக்கு உடல் நலம் குன்றிய நாட்களில் அஞ்சலி அவளை மருந்தெடுக்க கூட்டிக் கொண்டு போய் வந்தாள். அம்மாவுக்கு உதவி ஒத்தாசை செய்ய என்னையும் கூட்டிக் கொண்டு போனாள். அம்மா அஞ்சலியிடம் கூறி தனது தலையில் நீலயாதி தைலத்தைத் தடவிக் கொள்வாள். கூந்தல் அலங்காரங்களைச் செய்து கொள்வாள். பீர்க்கங்காய்த் தும்பால் கால் விரல் நகங்களைப் பளபளப்பாக்கிக் கொள்வாள்.

ஒன்று

குழப்பிக் கொள்ளாதீர்கள். இந்த இடத்திலிருந்து நிகழ்கால கதை துவங்குகிறது.

வஜ்ரவின் துவிச்சக்கர வண்டி எமது முற்றத்தின் நடுவில் நிறுத்தப்பட்டிருந்தது. 'அமைச்சர் ரிஷாத் பதியுதீன் எனது வீட்டில் இல்லை' என்று குறிப்பிட்டவாறு முகநூல் கணக்காளர்கள் மீம்ஸ் மூலமாக அரசாங்கத்துக்கு ஒத்துழைப்பு வழங்கி வருவதாக வஜ்ர என்னிடம் கூறியிருந்தான். அதன் பிறகு மக்கள் உதவியோடு ரிஷாத் பதியுதீனைக் கைது செய்துள்ளதாகவும், கடும் தண்டனை வழங்கப்படப் போவதாகவும் வஜ்ர என்னிடம் கூறி விட்டுச் சென்றான்.

வஜ்ர மீண்டும் வந்தான்.

'போதைப்பொருள் கடத்தல்காரன் மதுஷ் கொல்லப்பட்டுட்டான்டா. பொலிஸும், கடத்தல்காரர்களும் ஒருத்தரையொருத்தர் துப்பாக்கியால் வேட்டு வச்சிக்கிறப்போ இந்த முட்டாள் நடுவுல நின்னுட்டிருந்திருக்கான். இனி போதைப்பொருளை யாரெல்லாம் நாட்டுக்கு இறக்குமதி செஞ்சாங்கன்ற விவரத்தைத் தெரிஞ்சுக்க அரசாங்கத்துக்கு வழியேயில்ல. பாவம் அரசாங்கம்.'

'இன்னிக்கு கடை தொறந்திருக்காடா? விமலாக்கா பின்வாசல் கதவு வழியா சாமான்கள் விக்குறதா யாரோ பொலிஸுக்கு தகவல் கொடுத்துட்டாங்க. ஒரு பீடியொண்ணாவது வாங்க வழியில்லாம நானிருக்கேன்.'

'நீ டீவி பார்க்குறதில்ல. புத்தகங்கள் வாசிக்குறதில்ல. ஃபோனும் பாவிக்குறதில்ல. சேர்ந்து வாழ ஒரு பொண்ணும் இல்ல. என்னடா வாழ்க்கையிது? பேசாம புத்த துறவியாப் போயிடு.'

‘அது எப்படிடா சரியாகும்? புத்த துறவிங்களுக்குத்தான் நீ மேல சொன்ன எல்லாமும் இருக்கே?’

வஜ்ர சைக்கிளைத் திருப்பினான்.

‘புகையிலைத் துண்டொண்ணையாவது தேடிட்டு வாயேன்டா.’

‘கடையில புகையிலையும் தீர்ந்திடுச்சுடா. சீக்கிரமா வந்துடறேன்னு சுரங்கிக்கிட்ட சொல்லிட்டு வந்திருக்கேன்.’

‘இப்படிக் கொஞ்சம் இரேன். இளநி ரெண்டு பறிச்சு கள்ளு வடிப்போம். ஈஸ்ட் வாங்கிட்டு வந்தது இருக்கு.’

‘இப்படியே கடைகளையும் எல்லாத்தையும் அரசாங்கத்தால தொடர்ந்தும் மூடி வச்சிருக்க முடியாதுடா. கூடிய சீக்கிரத்துல தொறந்துடுவாங்க. நான் போறேன்.’

‘ஆனாலும் பிரயோசனமில்லடா. திரும்பத் தொறக்கவே முடியாத அளவுக்கு சுரங்கி உன்னை லொக் டவுன் பண்ணிட்டா.’

துவிச்சக்கர வண்டியை முற்றத்தின் மத்தியில் நிறுத்தி வைத்து விட்டு மணியடிக்கும் தபால்காரரைப் போல, துவிச்சக்கர வண்டியை முற்றத்தின் மத்தியில் நிறுத்தி வைக்கும் வஜ்ர எனது உலகத்துக்கு செய்திகளை எடுத்துக் கொண்டு வந்தான். வஜ்ர எனது உலகத்துக்கு செய்திகளை எடுத்துக் கொண்டு வந்தான்.

வஜ்ர இரண்டு மூன்று தினங்களுக்குரிய நாட்டு நடப்புகளை, கதைகளை சேகரித்து எடுத்துக் கொண்டு வருவது நான் செய்திகளைப் பார்ப்பதில்லை என்பதால்தான் என்று வஜ்ர கூறுகிறான். அவ்வாறு கூறி வஜ்ர என்னை செய்திகள் நிறைந்த பிரபஞ்ச ராஜ்யமொன்றின் நடுவே கை விட்டு விட்டுப் போய் விடுவான்.

வஜ்ர போன உடனேயே திரும்பவும் வந்தான்.

'மதுஷ் பொலிஸை ஏமாத்தி அவனோட ஆட்கள் இருக்குற இடத்துக்கு கூட்டிட்டுப் போயிருக்கான்டா. அவனோட ஆட்கள்தான் பொலிஸை சுட்டிருக்காங்க. இவன் பொலிஸைக் காப்பாத்த நடுவுல புகுந்திருக்கான்.'

பதியுதீன் + மதுஷ் + இருபதாவது திருத்தச் சட்டம் + கொரோனா + அமெரிக்க இராஜாங்க செயலாளர் மைக் பொம்பியோ + சீனா + ட்ரம்ப் + பைடன் + ஊரடங்குச் சட்டம் + தொல்பொருட்கள் = மக்கள் பீதியில் ஆழ்ந்து போயுள்ளமை என்பதாகச் சொல்லி விட்டுப் போக வஜ்ர வந்து போனான். வந்து போனான். வந்து போனான்.

இரண்டு

குடிதண்ணீர் கிணற்றிலிருந்து நீரெடுத்து நான் நிரப்பிக் கொடுத்த குடங்களைக் கொண்டு அஞ்சலி பாத்திகளுக்கு தண்ணீர் ஊற்றிய காலை நேரத்துக்கு பிறகு வந்த மதிய நேரத்தில் தங்கை வந்தாள். அவளது வதனத்தில் வழமையான புன்னகை இருக்கவில்லை.

'களைப்பா இருக்கா? சோறு கொஞ்சம் சாப்பிட்டிருப்போம்.'

'பசிக்கலண்ணா. அண்ணா வீட்டுலதான் இருக்கியா? வஜ்ர வீட்டில இருப்பாய்னு நான் நெனச்சேன்.'

'இப்பல்லாம் நான் அங்க போறது வஜ்ரவுக்கு அவ்வளவாப் பிடிக்கல. இப்பல்லாம் அவனோட பொஞ்சாதி வீட்டுக்கு யாரையும் எடுக்குறதுமில்ல கொரோனாவைக் காரணம் காட்டி.'

'ஏன் அண்ணாவுக்கு விஷயம் தெரியாதா?'

'என்னது?'

'வஜ்ர செத்துப் போயிட்டான்.'

'கொரோனாவா?'

'இல்ல. கிருமிநாசினியை சாப்பிட்டிருக்கான்.'

'உனக்கெப்படித் தெரியும்.'

'நான் வர்றப்ப அங்கேயும் போயிட்டு வந்தேன்.'

'சாவு செய்தி கேள்விப்பட்டுத்தான் வந்தியா?'

'ஆமா. சுரங்கி ஃபோன் பண்ணினா.'

'அப்போ இப்ப அங்க போனா பரவாயில்லையாமா?'

'உனக்கு கவலையே இல்லையாண்ணா?'

'கிருமிநாசினியை சும்மா சாப்பிட முடியாதே.'

'தயிர்ல கலந்து சாப்பிட்டிருக்கான்.'

'அதான்.'

'உனக்குக் கவலையா இல்லையாண்ணா?'

'அவனுக்கு வாழ்ந்தது போதும்னு தோணியிருக்கும்.'

'அவன் வாசிச்சிட்டிருந்த புத்தகத்தை முழுசா வாசிச்சு முடிச்சிட்டுத்தான் கிருமிநாசினியை சாப்பிட்டிருக்கான்.'

'யார் சொன்னது?'

'சுரங்கி.'

'மெடில்டாவைப் போல.'

'பாட்டி வேணும்னே செஞ்சுக்கிட்டதில்லையே. அதோட பாட்டிக்கு பெண் புறா புத்தகத்தை வாசிச்சு முடிக்க முடியாமப் போயிடுச்சே.'

'அடப் பாவமே. யார் சொன்னது?'

'ஒரு நாள் மாமா சொன்னார்.'

'புத்தகம் வாசிக்குறதுக்கு சுரங்கி திட்டுறான்னு சொல்லி போகப் போக வஜ்ர காஞ்சிரை மரத்துல ஏறி அமர்ந்துக்கிட்டு புத்தகம் வாசிக்க வரத் தொடங்கிட்டான். எனக்கு அது ரொம்ப தொந்தரவா இருந்துச்சு.'

'அதைத் தொந்தரவா நெனச்சது இப்ப கவலையைத் தருதா?'

'அடடா இல்ல... தொந்தரவு தீர்ந்துடுச்சுன்னு நிம்மதியா இருக்கு.'

'இப்படிச் சொல்ல உனக்கு கவலையா இல்லையாண்ணா?'

'இல்ல. என்ன புத்தகம்?'

'எந்தப் புத்தகம்?'

'வஜ்ர சாகுறதுக்கு முன்னாடி வாசிச்சு முடிச்ச புத்தகம்?'

'நிழல். விவசாய வேலை ஒண்ணுமே இல்லாம வஜ்ர கிருமிநாசினியை வாங்கிக் கொண்டு வந்து சும்மா வச்சிருந்தானாம். ஆனா அந்தப் புத்தகத்தை வாசிச்சு முடிக்கிற வரைக்கும் அவன் அதை சாப்பிடவேயில்ல. வாசிச்சு முடிச்சுட்டுதான் சாப்பிட்டான்னு சுரங்கி சொன்னா.'

'அப்படீன்னா அது புத்தகத்தால எடுத்த தீர்மானமில்ல. முந்தியே எடுத்த தீர்மானமொண்ணு.'

'நெஜமாவே அண்ணாவுக்கு கவலையா இல்லையா?'

'எதுக்கு?'

'வஜ்ர செத்துப் போனதுக்கு?'

'அவன் உயிர் வாழ ஆசையா இருக்குற காலத்துல நோய் நொடிக்குள்ளாகி, விபத்துக்குள்ளாகி விருப்பமில்லாமலே செத்துப் போயிருந்தாத்தான் கவலைப்படணும். அவன் என்னோட சிநேகிதன். அவன் அவனோட எதிர்பார்ப்பை நிறைவேத்திக்கிட்டான். அது எனக்கு சந்தோஷத்தைத்தான் தருது. அவன் சாகுறதுக்கு ஆசைப்பட்டுக்கிட்டே கஷ்டப்பட்டு வாழ்ந்துட்டிருந்தாத்தான் அது எனக்கு கவலையைத் தந்திருக்கும்.'

'நாங்க சாவு வீட்டுக்குப் போவோமா?'

'அந்தப் பொம்பளைக்கு உதவி செய்ய எதுக்குப் போகணும்? அந்தப் பொம்பளை செத்துப் போயிருந்தா வஜ்ரவுக்கு உதவி ஒத்தாசை செய்யப் போயிருப்பேன். நானும் எப்பவும் ஒண்ணு போலவே நேசிச்சேன்.'

'வஜ்ரவையா?'

‘இலக்கியவாதி சிறி குணசிங்கவை.’

‘அவனும் அதைத்தான் சொன்னான்.’

‘எதை?’

‘எப்பவும் ஒண்ணு போலவே நேசிச்சது சிறி குணசிங்கவையும், எழுத்தாளர் அஜித் திலகசேனவையும்தான்னு.’

‘அப்போ அது நான் சொன்னது இல்ல.’

‘இப்பல்லாம் அஜித் திலகசேனவுக்கு ரொம்ப வயசாயிடுச்சுன்னு கடந்த நாட்கள்ல வஜ்ர ரொம்பவே கவலைப்பட்டுட்டிருந்தான். திலகசேனவுடைய மரண அறிவித்தல் எப்போ காதுல விழுமோன்னு பயந்துட்டிருந்தான். அதுக்கு முன்னாடியே செத்துப் போயிடணும்னு நெனச்சு செத்துப் போயிட்டான் போல.’

‘வஜ்ர எப்பவும் ஒண்ணு போலவே நேசிச்சது உன்னைத்தான்னு நான் நினைச்சுட்டிருந்தேன்.’

‘வஜ்ரவை நினைக்குறப்போ ரொம்பக் கவலையா இருக்குண்ணா. நான் அவனைக் காதலிச்சிருந்தா அவன் செத்துப் போயிருக்க மாட்டான்.’

‘அப்போ நீ செத்துப் போயிருக்க வாய்ப்புகள் அதிகம்.’

‘இல்லண்ணா. வஜ்ரவோடு வாழறது லேசு. பாவம் அவன்.’

‘அது முன்னாடியிருந்த வஜ்ர. சரி. ஏன் தொடர்பு அறுந்து போச்சு?’

‘அறுந்து போறதுக்கு அப்படிப்பட்ட தொடர்பொண்ணே இருக்கலையே.’

‘உனக்கு இப்ப கூட யாருமே இல்லையா?’

தங்கை சிரித்து விட்டு ஒரு சிரட்டையில் தண்ணீர் வார்த்து எடுத்துக் கொண்டு வந்து தென்னை மரத்தடியில் அமர்ந்து கொண்டாள்.

'கால் வலிக்குதுண்ணா.'

தங்கை தண்ணீர் குடித்து விட்டு சிரட்டையில் தாளம் தட்டியவாறு பாடலொன்றை முணுமுணுக்கத் தொடங்கியிருந்தாள்.

ஒன்று

'என்னால இந்த வீட்டுல தனியா இருக்க முடியல மகனே. என்னை என்னோட அண்ணாகிட்ட கூட்டிட்டுப் போ.'

'இப்பல்லாம் மாமா அஞ்சலி வீட்டுலதான் இருக்கிறார் அம்மா.'

'பரவாயில்ல. அந்த இடம் நல்லதுதான்.'

'அத்தைக்கும் மருந்து செஞ்சுக்கிட்டு அவங்களே வாழ்றதுக்கு ரொம்ப கஷ்டப்பட்டுட்டிருக்காங்க அம்மா.'

'அதுக்கு? வேணும்னா இந்தப் பரம்பரை வீட்டுத் தோட்டத்தையும் அவங்களுக்கே பராமரிச்சு வருமானத்தை எடுத்துக்கச் சொல்லு. நீ அந்நியன். அப்பன் பேரு தெரியாத ஒருத்தனோட ரத்தம்தான் உன்னோட உடம்புல ஓடிட்டிருக்கு. அஞ்சலி எங்க வீட்டுப் பொண்ணு. என்னோட புருஷன் கூட ஒரே வயித்துல பொறந்த தங்கச்சியோட மகள். அவள் ராட்சசி மாதிரி இருந்தாலும் சீதேவிப் பொண்ணு. நயனாநந்த நீ தேவதூதன் மாதிரி இருந்தாலும் நீயொரு தேவாங்கு. மெடில்டாவோட குடும்பத்தை அழிக்கப் பொறந்த பிசாசு நீ. அஞ்சலி தேங்காய் பறிச்சுக்கிட்டு பயிர் விதைச்சுக்கிட்டு தன்னோட பாட்டுல இருப்பாள்.'

'அஞ்சலி நம்ம பரம்பரை வீட்டுத் தோட்டத்தைப் பராமரிக்காம இருந்துடுவாள் அம்மா.'

'அடடா... அப்படியாப்பா? ஆமாடா... அவள் பொறாமை புடிச்ச மூதேவிச் சிறுக்கி. அவள் கை வைக்குற இடமெல்லாம் நாசமாப் போயிட்டிருக்கு. இந்தப் பரம்பரை வீட்டுக்கு நீ வாடா என்னோட செல்ல மகனே. நீ கால வச்சுட்டா மட்டும் இந்த வீட்டுக்கு எல்லா வளங்களும் அப்படியே வந்து கொட்டிடும். மெடில்டா எங்களை சீரழிச்சுட்டாள். இந்தப் பரம்பரை வீடிருக்குற பக்கமாவது அந்த ராட்சசி

தலை வச்சுப் படுக்கக் கூடாது என்னோட மகனே. நீதான் ஒரு சீதேவியை நம்ம பரம்பரை வீட்டுக்கு கூட்டிட்டு வரணும்.'

'அப்போ அம்மா நாங்க அத்தை வீட்டுக்கு போவோமா? இல்லேன்னா நான் வந்து அம்மா கூட இந்தப் பரம்பரை வீட்லயே தங்கிக்கட்டுமா?'

'நீ இந்த வீட்டுல ஒரு அடி கூட எடுத்து வைக்கக் கூடாது. இது என்னோட பொண்ணுங்க ரெண்டு பேருக்கும் மட்டும்தான். என்கிட்ட அவங்களுக்குன்னு கொடுக்க இவ்வளவுதான் இருக்கு. அவரோட தங்கச்சிக்குக் கொடுத்த சாமான்களையெல்லாம் அவள் வித்துத் திண்டுட்டாள். என்னோட பொண்ணுங்க ரெண்டு பேரையும் இந்த வீட்டையும், தோட்டத்தையும் காட்டித்தான் கட்டிக் கொடுக்கணும். அதுல நீ கை வைக்க இடம் கொடுக்க மாட்டேன். வேணும்னா இந்த வீட்டை பாழடைய விடாம அஞ்சலிக்கு வந்து இங்க தங்கிக்கச் சொல்லு. இந்த முற்றத்துல அவளால தனியா களை பிடுங்கிட்டிருக்க முடியாது. முளைக்குற புற்களையெல்லாம் மிதிக்குறதுக்கு நிறைய கால்கள் வேணும். என்னோட அண்ணா புல்லாங்குழல் இசைக்குறதைக் கேட்டுக் கேட்டே செத்துப் போறதுக்கு எனக்கு இடம் கொடு.'

அம்மா வெட்டரிவாளொன்றை எடுத்துக் கொண்டு முற்றத்தில் இறங்கினாள்.

'அதோ தெரியுதே... அந்தப் பலாப்பழத்துக்குத்தான் அந்த ரெண்டு வெளவாலும் மல்லுக்கட்டிட்டு இருந்துச்சுங்க. ராத்திரி விடியும்வரைக்கும் அதுங்க ரெண்டும் எனக்கு கண்ணை மூடவே விடல. ஒண்ணு அந்த வெளவால்... இல்லேன்னா நான். இன்னிக்கே அதுங்களோட மரத்தை நான் வெட்டிப் போடுறேன் பாரு. இனிமே வந்திரு பார்க்கலாம் கூட்டத்தோட...' என்று திட்டியவாறே அம்மா பலா மரத்தைக் கொத்தினாள்.

'அம்மா... இங்க வாங்க... மாமா புல்லாங்குழல் ஊதுறதைக் கேட்கப் போவோம்.'

'அப்போ பலா மரம்?'

'நான் அதை வெட்டிப் போடுறேன்.'

'நீ இதையும் வெட்டிட்டு, இந்தக் காணியையும் வேற ஆட்களுக்கு எழுதி வச்சிடுவாய் பிசாசே... இதெல்லாம் என்னோட தங்கமான புருஷனோட காணி. அந்த மனுஷன் எனக்கும், உனக்கும் வாழ்க்கை கொடுக்கலன்னா உன்னையும் என்னையும் புதைச்ச இடத்துல இப்ப இந்தளவு பெரிய மரமெல்லாம் இருந்திருக்கும். உனக்கு இதை அழிக்க விட மாட்டேன் நாயே. நீயும் உன்னோட அப்பனைப் போலவே நாசமாப் போனவன்.'

'இல்லம்மா... நான் இதை விக்க மாட்டேன். தங்கச்சிக்குக் கொடுக்க ஒரு அலுமாரி செஞ்சிடுறேன்.'

'ஆஹ்... அது நல்லது என்னோட செல்ல மகனே. அஞ்சலிக்கும் சேர்த்து ரெண்டாவே செஞ்சிடு மகனே. அவளும் என்னோட மகள்தான். எனக்கு ரெண்டு மகள்கள், மகனே. நந்தனிக்குன்னா உலகம் விளங்குதில்ல மகனே. அவள் மகாராணி எலிசபெத்துன்னு தன்னை நினைச்சுட்டிருக்கா. கை காலை அசைச்சு செய்யக் கூடிய எந்த வேலையையும் அவள் கத்துக்கலையே. அவளை அவளோட புருஷன் அடிச்சான்னா அவளைப் பொலிஸுக்கு கூட்டிக் கொண்டு போ மகனே. எனக்கு என்னோட சின்ன மகளை நினைச்சா கவலையா இருக்கு. இனியும் நந்தனியோட அப்பனோட வீட்டுல வசிக்க நான் விரும்பல மகனே. அவன் என்னோட வயித்தால பயனடைஞ்சான். என்னோட பரம்பரை வீட்டை வித்து அவனோட பரம்பரை வீட்டை மீட்டான். என்னை என்னோட தங்கமான அண்ணாகிட்ட கூட்டிட்டுப் போ மகனே.'

இரண்டு

'அம்மாவை வீட்டுல வச்சிருக்குறது சிரமமா இருக்கு அத்தை.'

'நானும் கேள்விப்பட்டேன். மகனை வெட்டரிவாளால வெட்ட வந்தான்னும் கேள்விப்பட்டேன்.'

'அது பரவாயில்ல. அம்மா ஏதாச்சும் செஞ்சுப்பாவோன்னுதான் பயமா இருக்கு.'

'நானும், மச்சானும் பேசிக்கிட்டோம் அண்ணியை இங்க கூட்டிட்டு வருவோம்ன்னு...'

'மாமாகிட்ட வர்றதுக்கு அம்மாவுக்கும் விருப்பம்தான். ஆனா அஞ்சலி மேல இன்னுமொரு பாரத்தைத் திணிக்க என்னால முடியாது அத்தை. இப்பவே அஞ்சலி நிறைய பாரத்தை சுமந்துட்டிருக்கா. காடு மேடுன்னு அலைஞ்சு திரிஞ்சுக்கிட்டு எவ்வளவு சுதந்திரமா, நிம்மதியா இருந்த பொண்ணு அவ.'

'அதைப் பத்தி ரொம்ப யோசிச்சு வருத்தப்படாதீங்க மகன். அவளுக்கு எப்பவும் அப்படியே இருந்துட முடியாதே.'

'ஆனா அஞ்சலி எப்பவும் அப்படியேதான் இருக்கணும் அத்தை. இல்லேன்னா அது அஞ்சலியில்ல. இப்பவும் அவள் ஹீங்ஹாமியோட கதைச்சுட்டுத்தானே இருக்கா அத்தை?'

'ஆமா... அதுக்கு ஒண்ணும் குறைச்சலில்ல மகன்.'

'நேத்தும் அவள் கற்கள் எதையோ தேடி எடுத்துட்டு வந்து வச்சிருக்குறதைக் கண்டேன்.'

'அதோ அந்தத் திண்ணைக்குக் கீழே நெடுக பதிச்சிருக்கா. இந்த வயசுல இதெல்லாம் எதுக்குப் பண்ணிக்கிட்டிருக்காளோ தெரியாது.'

எனக்கு முதன்முதலாக அத்தை மீது கோபம் தோன்றியது. கஷ்டப்பட்டு அதை அடக்கிக் கொண்டிருக்கத் தேவையில்லை. ஆகவே, மனதுக்குள் புறுபுறுத்தவாறே வாயை மூடிக் கொண்டிருந்தேன். அஞ்சலி பறவை இறகுகள் மீது இப்போதும் கவனம் செலுத்தி வருகிறாளா என்று நான் அவதானித்துக் கொண்டுதான் இருக்கிறேன்.

‘அம்மாவைக் கூட்டிட்டு வர அத்தைக்கும், மாமாக்கும் முடியுமா?’

‘மாமா நல்ல விருப்பம் மகன். இப்ப குளிக்கப் போயிருக்கார். வந்ததும் கலந்து பேசிக்குங்க. அம்மாவை நாட்டு வைத்தியர்கிட்ட கூட்டிட்டுப் போய் தலைக்கு பத்து போட்டு விடணும்னு மகள்கிட்ட சொல்லிட்டிருந்தது என்னோட காதுலயும் விழுந்துச்சு.’

‘அம்மாவைக் கூட்டிட்டு வந்தீங்கன்னா அஞ்சலியை நான் இங்க இருக்க விட மாட்டேன் அத்தை. பரவாயில்லையா?’

‘அப்போ மகன், அவள் எங்க போய் தங்குவாள்?’

‘நான் அஞ்சலியைக் கல்யாணம் பண்ணிக்கட்டுமா அத்தை?’

அத்தையின் விரல்கள் சிலையெனச் சமைந்து நின்றன. இள மஞ்சள் றேந்தை ஒன்றை அவள் பின்னிக் கொண்டிருந்தாள்.

‘ஐயோ மகனே... பட்ட மரம் காய்க்காதே.’

‘ஆமா அத்தை. பட்ட மரம் காய்க்குறது போலத்தான் இதுவும். தளிர் விட்டு, பூ பூத்து... எல்லாம் மெதுமெதுவா நடக்கணும்.’

‘ஐயோ மகனே அவளுக்கு வயசு நாப்பதாகுது.’

‘எனக்கும் நாப்பதுதான்.’

‘ஆம்பளை போல இல்ல மகனே பொம்பளை. இதைக் கேள்விப்பட்டா என்னோட அண்ணா இப்போ இருக்குற இடத்துல இருந்து என்னை சபிப்பார்.’

‘அத்தை நினைக்கிற அளவுக்கு அப்பா அவ்வளவு மோசமானவரா?’

‘தன்னோட மகன் இப்படியொருத்தியைக் கல்யாணம் பண்ணிக்குறதை யாருதான் விரும்புவாங்க?’

‘நான் அப்பாவோட மகனில்லையே, அத்தை. அப்பாவோட ரத்த சொந்தம் அஞ்சலிதான். அஞ்சலி இப்போதாவது யாரையாவது கல்யாணம் பண்ணிக்கிறதைத்தான் அப்பாவும் விரும்புவார். அத்தையும் இல்லாமப் போன காலத்துக்கு அஞ்சலி தனிச்சுப் போயிடுவாள்னுதான் அப்பாவும் யோசிச்சுட்டிருப்பார். இதைக் கேள்விப்பட்டதும்தான் அப்பாவோட ஆத்மா சாந்தியடையும். ஹீங்ஹாமியோட அரளிப் பூ வாசனையில அவருக்கு செய்தியனுப்பிடுவோம்.’

அத்தை கண்ணீர் நிறைந்திருந்த விழிகளால் என்னையே பார்த்துக் கொண்டிருந்தாள். அத்தை எப்போதும் ரேந்தை பின்னிக் கொண்டுதான் இருக்கிறாள். இப்போதும் எந்தக் காரணமுமின்றி றேந்தை பின்னிக் கொண்டேயிருக்கிறாள். சற்று நேரம் இள மஞ்சள் நிற றேந்தையைப் பின்னுவதை நிறுத்தியிருந்த அவள் மீண்டும் மெதுமெதுவாக அதைப் பின்னத் தொடங்கினாள்.

‘நான் அம்மாவை நாளைக்குக் கூட்டிட்டு வாறேன். நான் அஞ்சலியை நாளைக்குக் கூட்டிட்டுப் போறேன். மாமாக்கிட்ட சொல்லிடுங்க. நான் போயிட்டு வாறேன்.’

‘நாளைக்கா?’

‘ஆமா அத்தை.’

‘ஐயோ மகனே இந்த றேந்தையைக் கூட இன்னும் பின்னி முடிக்கல. சந்தையால புதிய சீத்தைத் துணியாவது வாங்கி

வந்து ஓரத்துக்கு றேந்தை வச்சுத் தச்சுக் கொடுக்க முடிஞ்சா எவ்ளோ நல்லா இருக்கும். பூப் போட்ட சீத்தைத் துணிகள் மகளுக்கு ரொம்பப் பிடிக்கும் மகன். ஒண்ணு ரெண்டு கவுன்களையாவது தச்சுக்க ஏதாவது துணியையாவது தேடித் தரும் வரைக்கும் கொஞ்சம் காத்திருங்க மகன். என்னோட மகள், என்னோட செல்ல மகள். ஐயோ அவளுக்கு உடுத்த நல்ல உடுப்பு கூட இல்ல. எல்லாமே கந்தலாகிப் போயிடுச்சே...'

அவள் மீண்டும் பின்னுவதை நிறுத்தினாள்.

'அவள் பறவைச் சிறகுகளையும், சின்னச் சின்னக் கற்களையும் எடுத்துட்டு வருவாள் அத்தை. நான் கொஞ்சம் துணிமணிகள் வாங்கிக் கொடுக்குறேன். மெல்ல மெல்ல ஒண்ணு ரெண்டு உடுப்புகளைத் தச்சுக்குவோம்.'

'மகளுக்கு இந்த விஷயம் தெரியுமா மகனே? என்கிட்டே சொல்லவேயில்லையே. ஐயோ... நான் நீங்க ரெண்டு பேரும் சொந்த அண்ணன், தங்கச்சி போலத்தான் பழகுறீங்கன்னு நெனச்சுட்டிருந்தேன். ஆனா அப்பவும் என்னோட மனசுல ஏதோ இடறிச்சுதான். ஆனாலும் எப்படி நம்புறது? நீங்க இப்பவும் மெழுகுச் சிலை மாதிரி அழகா இருக்கீங்க.'

'அஞ்சலிக்கு புரிஞ்சிருக்கும் அத்தை, ஆனா அந்த நாள் நாளைக்குன்றது தெரியாம இருக்கும். அத்தை அஞ்சலிக்கிட்ட சொல்லுங்க தயாரா இருக்கச் சொல்லி.'

'அவளோட சம்மதம் கேட்காமலா இதெல்லாம்...?'

'நாங்க ரொம்ப காலமா விரும்பிட்டிருக்கோம். நான் இப்பவே ரொம்ப தாமதிச்சுட்டேன்.'

'அப்போ நீங்க ரெண்டு பேரும் தங்கப் போறது பரம்பரை வீட்டிலா?'

'இல்ல... அஞ்சலியோட காணியில இருக்குற வீட்டில.'

'அப்போ திருமணப் பதிவைச் செய்றது?'

'நாளைக்கு, நாளன்னைக்கே அதை செஞ்சிடலாம்.'

'நல்ல நேரம் இருக்கா மகனே?'

'அதையெல்லாம் நான் நம்புறதில்லன்றது அத்தைக்குத் தெரியும்தானே?'

'ஐயோ உங்களுக்கு ஏதாச்சும் கெடுதல் வந்துச்சுன்னா?'

'அம்மா, அப்பாவைக் கல்யாணம் கட்டிக்கிட்டது நல்ல நேரம் பார்த்துத்தானே? அத்தை கல்யாணம் கட்டிக்கிட்டதும் நல்ல நேரம் பார்த்துத்தானே?'

'மகனுக்குப் பிடிச்சது போல செய்ங்க...'

மூன்று

அன்று மாலை நேரம் அஞ்சலி ஓசை எழுப்பாமல் வந்து முற்றத்தின் ஒரு ஓரமாக இருந்த தென்னை மர வேரில் அமர்ந்து கொண்டு வேதிவால் குருவி இறகொன்றைத் தடவிக் கொடுத்துக் கொண்டிருந்தாள். அவளிடமிருந்த ஒரு சில கவுன்களில் அதிகமாக கந்தலாகி நிறம் மங்கிப் போயிராத, புதிது போல காட்சியளிக்கும் கவுன் ஒன்றை அணிந்து கொண்டு வந்திருந்தாள். சபீதா அவளோடு ஒட்டியவாறு தென்னை மர வேரின் மீது அமர்ந்திருந்தாள்.

'எப்போ வந்தாய்? இப்பதான் கண்டேன். நான் கொல்லைப் புறத்துல இருந்தேன். குசினியைக் கொஞ்சம் துப்புரவாக்கிட்டிருந்தேன்.'

'நீ காலை நேரம் வீட்டுக்கு வந்துட்டுப் போனதா அம்மா சொன்னாங்க.'

அவள் மஞ்சள் நிற இறகால் தனது பெருவிரலைத் தடவிக் கொடுத்தாள்.

'ஆமா.'

'நான் ஓடைப் பக்கமா போயிருந்தேன்.'

'அத்தை ஏதாவது சொன்னாங்களா?'

'ஆமா.'

'நான் நாளைக்கு அம்மாவைக் கூட்டிக்கிட்டு அங்க வருவேன்.'

'அம்மா சொன்னாங்க.'

'அதை மட்டும்தான் சொன்னாங்களா?'

'இல்ல... இன்னொரு விஷயத்தையும் சொன்னாங்க.'

'எதை?'

'என்னை அத்தையோடு இருக்க விட முடியாதுன்னு என்னை இங்க தங்குறதுக்கு வர தயாரா இருக்கச் சொல்லி நீ சொன்னதா சொன்னாங்க.'

'வேற?'

'நான் இங்க தங்குறதுல அம்மாவுக்கோ, மாமாவுக்கோ எந்த ஆட்சேபணையும் இல்லன்னு சொன்னாங்க.'

'அவ்வளவுதான் சொன்னாங்களா?'

'அத்தைக்குன்னா விருப்பமில்லாம கூட இருக்கலாம். அதைப் பொருட்படுத்த வேணாம்னு சொன்னாங்க. நீ அதைப் பார்த்துப்பியாம். நான் வீட்டை விட்டுப் போறேன்றது அம்மாவோட உடம்புலேருந்து ஒரு பாகத்தைப் பிரிச்செடுக்குறது மாதிரி வலியைத் தருதுன்னு சொன்னாங்க.'

'வேற...?'

'அம்மா அழுதாங்க.'

'நீயும் அழுதியா?'

'அழுதேன்.'

'அம்மாவைத் தனியா விட்டுட்டு வாறது வருத்தமா இருக்கா?'

'இல்ல... மாமா இருக்கார்தானே...'

'அப்போ அழுதது?'

'நீ என்கிட்ட சொல்லாம அம்மாகிட்ட சொன்னது கவலையைத் தந்தது.'

'உன்கிட்ட கேட்டு ஒரு முடிவை எடுத்திருக்கலாம்னு தோணுச்சா?'

'ஐயோ அப்படியில்ல நயன். அப்படி கனவுல கூட நினைக்கல. என்கிட்டயே நேரடியா சொல்லியிருந்திருக்கலாமேன்னு ஆசையா இருந்துச்சு.'

'சாமானையெல்லாம் எடுத்து வச்சிட்டியா?'

'ஆமா. எடுத்து வச்சிட்டுத்தான் வந்தேன்.'

'அஞ்சலி...'

'சொல்லு.'

'முன்னாடியே சொல்லியிருந்தா உன்னால சேலை கட்டிட்டு வர முடியுமா இருந்திருக்கும், இல்லையா?'

'ஐயோ... நான் ஒருபோதும் சேலை கட்டியதேயில்ல நயன்.'

'சுரங்கியோட ஜாக்கெட் உனக்கு அளவாயிருக்கும், இல்லையா?'

'சிலவேளை... ஏன்?'

'நாங்க திருமணம் முடிக்கிற அன்னிக்கு சுரங்கிக்கிட்ட இருந்து ஒரு சேலையை வாங்கி கட்டிக்கலாம்.'

'எனக்கும் ஆசையாத்தான் இருக்கு. ஜாக்கெட் பெருசா இருந்தா ஓரத்தைத் தச்சுக்கலாம்.'

'உனக்கு ஆச்சரியமா இருந்துச்சா?'

'எதுக்கு?'

'அந்தத் தகவலுக்கு?'

'இல்ல... ஆனா ஏன் இவ்வளவு அவசரமான்னு தோணுச்சு...'

'அவசரமில்ல... ரொம்ப தாமதிச்சிட்டோம்.'

‘தாமதமில்ல நயன். இன்னும் கொஞ்சம் மெதுவா இதெல்லாம் நடந்திருந்தா நல்லா இருக்குமேன்னு தோணுச்சு.’

‘எப்படியும் நீ தினமும் இங்கதானே ரொம்ப நேரம் இருப்பாய். ரொம்ப யோசிக்காதே. எப்பவும் போலவே இருப்போம்.’

குருவி இறகை மாத்திரமே பார்த்துக் கொண்டு கதைத்துக் கொண்டிருந்த அஞ்சலி அப்போதுதான் முதற்தடவையாக தலையை உயர்த்தி என்னை ஏறிட்டுப் பார்த்தாள். நான் அவளையே தொடர்ந்தும் பார்த்துக் கொண்டிருந்தேன். அவளும், சபீதாவும் என்னைப் பார்த்து ஒன்று போலவே மெலிதாகப் புன்னகைத்தார்கள்.

‘இன்னிக்கு நீ இதை உடுத்தேன்னா நாளைக்கு எதை உடுத்துட்டு வருவாய்?’

‘எப்பவும் போல இருப்போம்னு சொன்னாயே?’

‘இருந்தாலும் நமக்கு நாளைன்றது எப்பவும் போல இல்லைதானே?’

‘வீட்டுக்குப் போன உடனேயே இதைக் கழற்றி கொடியில காயப் போட்டுடறேன்.’

‘மழை பெய்யுற நேரமாப் பார்த்து ஹீங்ஹாமியோட இளஞ்சிவப்பு அரளி மரத்தோட ஒரு தண்டை எடுத்துட்டு வந்து இங்க நட்டு வைப்போம்.’

‘நானும் அதைத்தான் சொல்ல இருந்தேன். சமீபத்துல சபீதாவைக் குளிப்பாட்டக் கூட நேரம் கிடைக்கல.’

‘நாளைக்கு இங்க வந்த பிறகு மயான ஓடைக்குப் போய் குளிப்பாட்டுவோம்.’

சபீதா புன்னகைத்தாள்.

இரண்டு புன்னகைகள் தென்னை வேரிலிருந்து எழுந்து கொஞ்சம் கொஞ்சமாக காணாமல் போயின.

வஜ்ர எனக்கெனத் தந்திருந்த துணியொன்றில் அன்றிரவு விடியும் வரைக்கும் நான் அஞ்சலியின் வதனத்தை வரைந்தேன். முதன்முதலாக இந்த ஊருக்கு வந்த அன்றைய இரவு அஞ்சலியின் வதனத்தை வரைந்த சித்திரக் கொப்பியையும், பாடசாலையில் ஆறாம் ஆண்டில் படித்த காலத்தில் நான் வரைந்த அஞ்சலியின் வதனத்தையும் நானும், தங்கையும் எமது பரம்பரை வீட்டிலிருந்து வந்த போது பெட்டகத்திலிருந்து எடுத்துக் கொண்டு வந்திருந்தோம்.

நான்கு

'இது யாரு?'

'நீதான்.'

'எப்ப வரைஞ்சாய்?'

'நேத்து ராத்திரி.'

'நாங்க இதை கதவுல ஒட்டி வைப்போமா?'

'சரி.'

(நாங்கள் இருவரும் ஒரே வீட்டில் குடியிருக்கத் தொடங்கிய அந்த முதல் நாளில் நாங்கள் கதவில் ஒட்டி வைத்த மூன்றடிக்கு மூன்றடி அளவைக் கொண்ட துணியில் வரையப்பட்ட அஞ்சலியின் வர்ண ஓவியத்தின் புகைப்படமொன்று, நீங்கள் பார்க்கவென கருப்பு வெள்ளையில் சிறிதாக இந்த நூலின் இறுதியில் தரப்பட்டுள்ளது.)

ஐந்து

அனைத்தும் பேசிக் கொண்டது போலவே நடந்து முடிந்தது.

அஞ்சலியினதும், எனதும் திருமணப் பதிவுச் சான்றிதழின் பிரதியொன்று உங்களது நம்பிக்கையை வளர்த்தெடுக்கும் முகமாக இந்தப் புத்தகத்தின் இறுதியில் தரப்பட்டுள்ளது.

அரசாங்கத்தால் அச்சிடப்பட்ட, அரசாங்கத் தாளில், அரசாங்க அதிகாரியொருவரின் முன்னிலையில் நாமிருவரும் வைத்த கையொப்பங்கள் ஒரு பிடி காராம்புல் கதிர்களை விடவும் பலம் மிக்கதாகிப் போனதன் வியப்பு மேலிட நான் மீண்டும் அஞ்சலியைக் கூட்டிக் கொண்டு வீட்டுக்கு வந்தேன். **அஞ்சலி, அன்று எனக்கு ப்ரியம்வதா நினைவுக்கு வந்தாள்தான்.** அது உனக்கு ஒரு பொருட்டாக இருக்காது என்பதை நான் அறிவேன்.

தொண்ணூறுகளில் வெளிவந்த சிங்களத் திரைப்படங்களில் ஒரு பாடல் காட்சியிலேயே பையனும், பெண்ணும் எமக்கும் தெரியாமல் திருட்டுத்தனமாக காதலித்தும் முடித்திருப்பார்கள். காதல் தொடர்பு எவ்வாறு ஆரம்பித்தது என்பதற்கு எவ்வித விபரங்களும் இருக்காது. சிங்களத் திரைப்படத் துறையின் வீழ்ச்சி தொடங்கியதாகக் கூறப்பட்ட தொண்ணூறுகள் முழுவதும், அவ்வாறு வீழ்ச்சியடைவதற்கு முன்பு, நானும் வஜ்ரவும் இடையிடையே திரைப்படங்களைப் பார்த்து வந்தோம். அதற்காக, ஆரி முதலாளியின் தோட்டங்களிலிருந்து வாழைக் குலைகளைத் திருடியும், தோட்டத்தில் வெளிப்படையாகவே மிளகு பறித்துக் கொடுத்தும், துப்புரவாக்கிக் கொடுத்தும்தான் பணம் ஈட்டி வந்தோம்.

நாங்கள் எமது வீட்டிலிருந்து திருமணப் பதிவுக்காக புறப்பட்டுப் போன விதத்தையும், திருமணம் முடித்த விதத்தையும், திரும்பவும் எமது வீட்டுக்கு வந்த விதத்தையும்

நீங்கள் விரும்பிய விதத்தில் உருவகித்துக் கொள்ள உங்களுக்கே இடமளிக்கிறேன். திரைப்பட இயக்குனர்கள் கரண் ஜோஹார், தினேஷ் ப்ரியசாத், அசோக ஹந்தகம, விமுக்தி அல்லது வேறு எவருடையதேனும் திரைப்படக் காட்சிகளை நீங்கள் உருவகித்துக் கொள்ளலாம். அது எனக்கு மிகவும் பெறுமதியான ஒரு நிகழ்வு என்பதால் உங்களிடம் அதை விபரித்துக் கூறவில்லை. என்ற போதிலும், நான் உங்களிடம் வத்சலாவைப் பற்றி விபரமாகக் கூறாதிருப்பது அவ்வாறே பெறுமதியான ஒன்றாக இருப்பதால் அல்ல. அது பெறுமதியற்ற ஒன்று என்பதால்தான். நாங்கள் கூறாமல் தவிர்க்கும் பெரும்பாலானவை ஒன்றோ எமக்குப் பெறுமதியானவை. இல்லாவிட்டால் எமக்குப் பெறுமதியற்றவை. அஞ்சலியும், வத்சலாவும் அதன் இரு புறத்திலும் இருக்கிறார்கள்.

நாங்கள் திருமணம் முடித்ததைப் புரிந்து கொள்ளும் மனநிலையில் அம்மா இருக்கவில்லை. எமக்கு சாட்சிக் கையெழுத்திட்டவர்கள் மாமாவும், சுரங்கியும்தான். அஞ்சலி சுரங்கியின் சேலையில் ஏனைய நாட்களை விடவும் பாந்தமாக இருந்தாள். அன்று எமக்கு மிகவும் பெறுமதியான ஒரு நாள்தான். ஆனாலும் அஞ்சலி, நாங்கள் ஹீங்ஹாமியைப் புதைத்து விட்டு அதன் மீது இளஞ்சிவப்பு அரளித் தண்டொன்றை நட்டு வைத்த நாள் இதை விடவும் உணர்வுபூர்வமான நாளாக இருந்தது, இல்லையா?

ஆறு

நாங்கள் திருமணம் முடித்ததற்கு மறுநாள், நாங்கள் அஞ்சலியின் வீட்டுக்குப் போய் ஹீங்ஹாமியின் இளஞ்சிவப்பு அரளி மரத்திலிருந்து ஒரு தண்டை வெட்டிக் கொண்டு வந்து எமது முற்றத்தில் நட்டு வைத்தோம். **அன்றும் கூட மிகவும் உணர்வு பூர்வமான நாளாக இருந்தது அஞ்சலி.** நாங்கள் அன்று முழுவதும் இடையிடையே ஹீங்ஹாமி தொடர்பான ஞாபகங்களை மீட்டிக் கொண்டேயிருந்தோம்.

ஒன்று

அம்மா அத்தையின் வீட்டிலிருந்து அடிக்கடி மயானத்துக்குப் போய் வருவதை வழக்கமாகக் கொண்டிருந்தாள். பெரியம்மா கவிதைகள் பாடிய, செல்லரித்துப் போன ஆலமரமிருந்த இடத்தில் குந்தியமர்ந்து கொள்ளும் அவள் வயல்வெளியை வெகுநேரம் வெறித்துப் பார்த்திருந்தே பொழுதைக் கழித்து வந்தாள்.

நான் வயல்வெளியை நோக்கிப் போவதைக் கண்டால் என்னைத் தாண்டி வேகமாகச் செல்லும் அவள் காஞ்சிரை மரத்திலேறி உச்சிக் கிளையொன்றில் அமர்ந்து கொண்டு நான் வரும்வரை பார்த்திருப்பாள்.

காஞ்சிரை மரத்தில் வைத்து அவள் ஒரு வார்த்தை கூட கதைத்ததில்லை.

இரண்டு

ஒரு நாள் மத்தியான வேளையில் தங்கை காஞ்சிரை மரத்தடிக்கு வந்து நின்றாள்.

'அண்ணாவைத் தேடிக்கிட்டு அம்மா வீட்டுக்கும் போனேன். பரம்பரை வீடு பாழடைஞ்சு போயிருந்துச்சு. அம்மா இப்போ அத்தை வீட்டுல இருக்கிறதா விமலா மாமி சொன்னாங்க. மாமா வீட்டுக்கும் போய் உன்னைத் தேடிப் பார்த்துட்டு அங்கேயும் காணாததால நீ இங்கதான் இருப்பாய்ன்னு தோணுச்சு.'

'வா... காஞ்சிரை மரத்தோட இந்தக் கிளைக்கு ஏறி வா. நீ ஒருபோதும் இதுல ஏறியதில்லைதானே. இப்பல்லாம் அம்மாவும் இந்த மரத்துக்கு வாறா.'

தங்கை ஆகவும் தாழ்வாக இருந்த கிளையொன்றில் ஏறி அமர்ந்து கொண்டாள்.

'அண்ணா, நான் வசந்தனைக் கல்யாணம் பண்ணிக்கிட்டேன்...'

நான் தங்கை அமர்ந்திருந்த கிளைக்கு இறங்கினேன். எனது தங்கைக்கு வசந்தனைத் திருமணம் முடிக்கத் தோன்றச் செய்த நதீக, உங்களுக்கு நன்றி.

'வசந்தனையும் கூட்டிக் கொண்டு வந்து நம்ம பரம்பரை வீட்டுல தங்கிக்கோ தங்கச்சி.'

'திருமணம் முடிச்சிட்டோம்னு அப்படி ஒரே இடத்துல குடியிருக்கணும்னு ஒண்ணு நமக்கிடையில இல்லண்ணா.'

'அப்படி குடியிருக்க வேண்டிய காலமொண்ணும் வரும் தங்கச்சி.'

'அம்மா திரும்பவும் பரம்பரை வீட்டுக்கு வருவாரோ தெரியாது அண்ணா. அப்படி வந்துட்டான்னா அம்மா கூட

வசந்தனுக்கு இருக்கச் சொல்றது எப்படிண்ணா? உனக்கும், எனக்கும் கூட அம்மா கூட ஒண்ணா இருக்க முடியாம இருக்குறப்போ... அம்மா பரம்பரை வீடு, தோட்டம் மேலதான் இப்பவும் ஆர்வமா இருக்கா.'

'அப்படீன்னா, உங்களுக்கு தங்கிக்க ஒரு இடம் வேணும்னா இங்க வந்துடு. நானும் அஞ்சலியும், பரம்பரை வீட்டுக்குப் போயிடுறோம்.'

'நீயும், அஞ்சலியும்?'

'ஓஹ்... நாங்க கல்யாணம் பண்ணிக்கிட்டோம்.'

'அப்போ... நான் போனப்போ அண்ணி வீட்டில இருக்கலையே?'

'சின்னக் கற்களைத் தேடிப் போயிருப்பாள்.'

'எங்களுக்கு இங்க வர வாய்ப்பிருக்காது அண்ணா.'

'வசந்தனோட ருத்ராட்ச மாலை... அதுக்குப் பரவாயில்லையா இப்போ?'

'பரவாயில்ல.'

'அது உண்மைன்னு நீயும் இப்போ நம்புறியோ?'

'இல்ல.'

'நீ வசந்தனை நம்புறியா?'

'ஆமா.'

'நீ ருத்ராட்ச கொட்டையை நம்புறியா?'

'இல்ல.'

'என்னோட வீராங்கனை நீதான். வசந்தனோட வீராங்கனையும் நீதானா?'

'இல்ல.'

'பின்ன?'

'சித்தார் இசைக் கலைஞர் அனுஷ்கா ஷங்கர்.'

'அதுக்குப் பரவாயில்லையா?'

'பரவாயில்ல.'

'அவர் தெரு வழியே இசைச்சுட்டு இருக்க மாட்டார்.'

'யாரு?'

'அனுஷ்கா.'

'அதுக்குப் பரவாயில்லையாக இருக்கும்.'

'உனக்கு இப்பவும் ஒரு வீரன் இல்லையோ?'

'இல்ல.'

'கனத்த அட்டையோட புத்தகம் ஒண்ணு இருக்கா பக்கத்துல?'

'ஆமா.'

'என்ன புத்தகம்?'

'மதம் சம்பந்தமான புத்தகம். ஏன்?'

'அதுல தாளம் தட்டித் தட்டி ஒரு பாட்டுப் பாடேன்.'

தங்கையிடம் இதற்கு முன்பு காணப்படாத ஒரு வெட்கப் புன்னகையை அவள் வெளிப்படுத்தியவாறு, பாடல் பாடாமலேயே தாளம் தட்டிக் கொண்டிருந்தாள்.

'எங்க...? பாடேன்.'

'ஐயோ... முடியாதுண்ணா...'

'ஏனது?'

'எதுவுமே ஞாபகத்துக்கு வர மாட்டேங்குதே...'

'டைட்டானிக் பாட்டையாவது பாடேன்.'

டைட்டானிக் கப்பல் மூழ்கிப் போகவில்லை. பனிப்பாறையில் மோதவில்லை. செத்துப் போகாததால் ஜாக்கும் ரோஸும் திருமணம் முடித்திருந்தார்கள்.

'அது இல்லப்பா...'

தங்கை சிரித்தாள். தங்கை புத்தகத்தால் முகத்தை மூடிக் கொண்டு சிரித்தாள். புத்தகத்தைத் தாழ்த்திய பின்னர் அவளது விழிகளிலிருந்து வழியும் ஆனந்தக் கண்ணீரைக் காண நான் காத்திருந்தேன். அது எனக்கு மிகுந்த மகிழ்ச்சியைத் தரும். தங்கை புத்தகத்தைத் தாழ்த்தினாள். அவளது விழிகளில் ஆனந்தக் கண்ணீர் பெருக்கெடுத்து வழிந்து கொண்டிருந்தது. ஆகவே எனக்கு மிகவும் மகிழ்ச்சியாக இருந்தது.

> *The ship hits the iceberg not immediately after sex but when the couple goes up to the open space and decide to stay together. Often in history the event which may appear as a catastrophe saves persons or an idea, elevating it into a myth. - Slavoj Zizek (The Pervert's Guide To Ideology)*

மேலே தரப்பட்டுள்ள வாக்கியங்கள் இவ்விடத்தில் இடப்பட்டிருப்பது எனது கையெழுத்துப் பிரதியை வாசித்த எனது தங்கையினாலாகும்.

(உங்களால் நம்ப முடியாதிருக்கும். எனவே அவள் அவ்வாறு எனது கையெழுத்துப் பிரதியில் எழுதியிருப்பதை புகைப்படம் எடுத்து இந்த நூலின் இறுதியில் நீங்கள் பார்ப்பதற்காக தந்திருக்கிறேன்.)

மூன்று

'தங்கச்சி இப்பவும் நீ மேற்கோள் வாசகங்களை மனப்பாடம் பண்ணிட்டிருக்கியா?'

'இல்ல... இது நான் வீடியோ ஒண்ணுல கேட்டதை எழுதி வச்சது.'

நான்கு

தங்கை தனித்திருக்கும்போதோ அல்லது என்னுடன் இருக்கும்போதோ மாத்திரம்தான் பாட்டு பாடுவாள். ஓவியம் வரையத் தெரியாது என்ற ஒன்று இருப்பதாக நான் நம்பிய போதிலும், பாட்டு பாடத் தெரியாது என்ற ஒன்று இல்லை என்றே எனக்குத் தோன்றுகிறது. தங்கைக்குப் பாட்டு பாடத் தெரியாது என்றே அவள் நினைத்துக் கொண்டிருக்கிறாள். ஆனாலும் அவள் பாட்டு பாடுகிறாள். இப்போதிருக்கும் பெரும்பாலான பிரபல பாடகர்களுக்கும், பாடகிகளுக்கும் பாட்டே பாடத் தெரியாது என்பதால், தான் பாட்டு பாடுவது பரவாயில்லை என்று தங்கை கூறுகிறாள். ஆனாலும் அவள் எனக்கும், அவளுக்கும் மாத்திரம் கேட்கத்தான் பாட்டு பாடுகிறாள். அத்தோடு, வசந்தனுக்கு நன்றாகப் பாட்டுப் பாடத் தெரியும் என்று அவள் நம்பிக் கொண்டிருக்கிறாள்.

வசந்தனின் அம்மா அவனது குழந்தைப் பராயத்தில், அவனை ஒரு பீப்பாய்க்குள் வைத்துவிட்டு இடியப்பம் அவித்ததால்தான் வசந்தனுக்கு பாட்டுப் பாடத் தெரிந்திருக்கிறது என தங்கை கூறுகிறாள். ஐநூறு இடியப்பங்களையும் பிழிந்து அவித்து முடிக்கும்வரைக்கும் அம்மா வசந்தன் கேட்கவென பாட்டு பாடிக் கொண்டேயிருப்பாளாம். தங்கைக்குத் தோன்றும் விதத்தில் வசந்தனுக்கு பாட்டுப் பாட முடியுமாக இருப்பது அதனால்தான். வசந்தனால் தாளம் கொட்ட முடியுமாக இருப்பது அம்மா தொடர்ந்து பாடும் ஒரே பாடல்களைக் கேட்டுக் கேட்டு அலுத்துப் போய் அவை காதில் விழாதிருக்க வசந்தன் பீப்பாயின் உட்புறச் சுவரில் குச்சிகளால் தாளம் தட்டியதால்தான் எனவும் தங்கை கூறுகிறாள்.

எனக்கும், தங்கைக்கும் பாடவே தெரியாது என எப்போதும் அம்மா கூறிக் கொண்டிருந்ததால், எப்படியாவது சங்கீதம் கற்றுக் கொள்ள வேண்டும் என்றுதான் நான் பாடசாலையில் ஆறாம் ஆண்டில் வைத்து சங்கீதப்

பாடத்தைத் தேர்ந்தெடுத்தேன். சங்கீதப் பாடத்தைத் தேர்ந்தெடுத்தால் சித்திரப் பாடத்தைத் தேர்ந்தெடுக்க முடியாது என்பதை மறுநாள்தான் நான் அறிந்து கொண்டேன். அது இப்போதும் எனக்கு ஒரு புதிராகவே இருக்கிறது. அழகியல் பாடங்கள் எனக் கருதப்படும் அனைத்துப் பாடங்களையும் பிள்ளைகளுக்கு தமது விருப்பத்துக்கேற்ப படிக்க விடாமல் பாடசாலைகளில் அவற்றுள் ஒன்றை மாத்திரம் தேர்ந்தெடுக்குமாறு கட்டளையிடுவது ஏன்?

சித்திரப் பாடத்தைக் கற்றுக் கொள்ளத் தேவையான தகைமை ஓவியம் வரையத் தெரிந்திருப்பது என்றால் எனக்கு அந்தத் திறமை இருக்கிறது என்பதைக் காண்பித்து சித்திரப் பாடத்தையும் கற்றுக் கொள்ள வேண்டும் என்று கருதியே ஆறாம் ஆண்டில் வைத்து நான், சித்திரப் பாட ஆசிரியையிடம் அஞ்சலியின் முகத்தை வரைந்து காட்டினேன். ஆனாலும் அவர் என்னை சேர்த்துக் கொள்ளவில்லை.

(நான் ஆறாம் ஆண்டில் வைத்து வரைந்த அஞ்சலியின் அந்த ஓவியத்தை நீங்கள் பார்க்கவென இந்த நூலின் கடைசிப் பக்கங்களில் தரப்பட்டுள்ளது.)

ஐந்து

‘இப்பல்லாம் நீ புத்தகம் வாசிக்குறதே இல்லையே அண்ணா. இப்பல்லாம் லொஸ் ஏஞ்சல்ஸ்ல கொஃபி கஃபேகளில் உட்காந்திருந்து எழுதியது என்று சொன்னால் அதுக்குன்னே தனியா ஒரு மார்க்கெட் உருவாகிடுது. அப்படிப்பட்ட இடங்கள்ல உட்காந்திருந்து எழுதியதையெல்லாம் வாசிக்கத்தான் ஆட்கள் விரும்புறாங்க.’

‘இதை காஞ்சிரை மரத்து மேலிருந்து எழுதியதுன்னு சொல்றதுல ஏதும் பிரச்சினையோ?’

‘இல்ல. நீ இதை எங்கிருந்து எழுதியது என்பது ஒரு பொருட்டேயில்லையே. அது இதுல குறிப்பிடப்பட வேண்டிய ஒரு விஷயமில்ல.’

‘அப்போ நீ முன்னாடி ஏதோ சொன்னாய்?’

‘வஜ்ரவும் இப்படி ஏதோ ஒண்ண சகிச்சுக்க முடியாமத்தான் போய்ச் சேர்ந்திருப்பான்ணா.’

ஒன்று

'நியனாநந்த அண்ணா.'

சுரங்கி எமது முற்றத்தில் நின்று கொண்டு என்னை அழைத்தாள்.

அவளது கைகளில் சுருட்டப்பட்ட தாள்கள் ஒரு கட்டு, கோப்புகள் ஒரு கட்டு, புத்தகங்கள் நிறைந்த அரிசிப் பை ஒன்று.

'வீட்டைத் துப்புரவாக்கினேன். தேவையில்லாத எல்லாத்தையும் பத்த வச்சிட்டேன். இதையெல்லாம் நந்தனி தங்கச்சிக்கு தேவைன்னா எடுத்துக்கட்டும்னு தோணுச்சு. இதுகளால எனக்கு எந்தப் பிரயோசனமும் இல்ல.'

சுரங்கி, தான் சுமந்து வந்திருந்த பாரத்தை முற்றத்தில் வைத்து விட்டுப் போய் விட்டாள். நான் அவற்றை வீட்டுக்குள் எடுத்துக் கொண்டு வந்தேன்.

அவற்றை ஒவ்வொன்றாகப் புரட்டிப் பார்த்த போது ஒரு கோப்பின் உள்ளேயிருந்து எனக்கு தங்கை கிடைத்தாள். வீட்டைத் துப்புரவு செய்த வேளையில் வஜ்ரவின் கோப்புகளிடையேயிருந்து சுரங்கிக்கும் எனது தங்கை கிடைத்திருந்ததால் அவள் அவற்றை வீசி விடாமல் கோப்புகளுக்குள் மறைவாக வைத்திருந்து பத்திரமாக என்னிடம் கொண்டு வந்து சேர்த்திருக்கக் கூடும். சுரங்கி, நீ நான் நினைத்திருந்ததற்கு மாறான பெண்ணொருத்தி. சில வேளை நீ மாறியது பின்னராகவும் இருக்கலாம்.

ஆனாலும் அந்தக் கோப்புகளிடையே சேலை கட்டும் பெண் இருக்கவில்லை. வஜ்ர அந்த வீண் பழியையும் தன் மீது சுமந்திருக்கக் கூடும்.

தங்கை பயணங்களின் போது உடுப்பதற்காக வைத்திருந்த அவளது மூன்று ஆடைகளும் ஒன்று போலவே இருந்தன. கொலர்களைக் கொண்டிருந்த, கைகள் நீண்ட சட்டைகளின் கைகளை அவள் முழங்கைகள் வரைக்கும் மடித்துக் கொள்வாள். அந்தச் சட்டைகள் சதுரங்களைக் கொண்டிருந்தன. சேலை கட்டும் பெண் பல்பொருள் அங்காடிக்கு முன்னால் வைத்து ஆடிய வேளையில் கட்டியிருந்த சேலையில் காணப்பட்ட செம்மஞ்சள் நிறச் சதுரங்கள் வேறு மாதிரியானவை. இவை வேறு மாதிரியானவை. இந்தச் சதுரங்கள் நீள, அகல ரேகைகள் ஒன்றையொன்று குறுக்கறுத்ததால் உருவாகியிருந்தன. ஒரு சட்டையின் கோடுகள் நீல நிறமானவை. இன்னொரு சட்டையின் கோடுகள் கத்தரிப் பூ நிறமானவை. மற்ற சட்டையின் கோடுகள் சிவப்பு நிறமானவை. அந்தச் சட்டைகள் மூன்றுக்கும் அணிந்து கொள்வதற்காக தங்கையிடம் இருண்ட வர்ணத்தில் சுருக்கங்களைக் கொண்ட நீண்ட பாவாடைகள் மூன்றும் இருந்தன. ஒன்று கருப்பு சார்ந்த கத்தரிப் பூ நிறம். இன்னொன்று கருப்பு சார்ந்த நீல நிறம். மற்றது தனிக் கருப்பு நிறம். வஜ்ர வரைந்திருந்த தங்கையின் ஓவியத்தில் தங்கை அணிந்திருந்தது என்ன வர்ண ஆடை என்பதை வஜ்ர மாத்திரமே அறிவான். வஜ்ர தங்கையை பென்சிலால் வரைந்திருந்தான். ஒடுங்கிய கன்னங்கள். கபில நிறத்தில் ஆழப் புதையுண்ட விழிகள். இருண்ட மெல்லிய உதடுகள். வெயிற்சூடு பட்ட தோல். வரண்ட குட்டைக் கூந்தல். வஜ்ர பென்சிலாலேயே மிகச் சரியாக வர்ணமும் தீட்டியிருந்தான்.

(அந்த ஓவியம் நீங்கள் பார்ப்பதற்காக இந்தப் புத்தகத்தின் இறுதியில் தரப்படவில்லை.) சுரங்கி அதை தேவையற்ற பொருட்களோடு சேர்த்துப் பற்ற வைக்கவில்லை எனினும் தங்கை ஒரு நாள் அதை தேவையற்ற பொருட்களோடு சேர்த்து பற்ற வைத்தாள். நான் அவளைத் தடுக்காமல் அதைப் பார்த்துக் கொண்டிருந்தேன். (அதன் பிறகு நான் வரைந்த தங்கையை நான் மிகுந்த பாசத்தோடு இந்தப் புத்தகத்தில் வைத்திருக்கிறேன்.)

இரண்டு

'அண்ணா நாங்க வந்துட்டோம்.'

தங்கையும், வசந்தனும் மாமாவின் வீட்டு முற்றத்தில் நின்று கொண்டிருந்தார்கள்.

வசந்தன்.

ருத்ராட்ச கொட்டை மாலை. இடுப்பு வரை நீண்டிருந்த சுருண்டு திரண்ட கூந்தல். பறட்டைக் கோலம். முகம் முழுவதும் தாடி. வசந்தன் முற்றத்தின் நடுவே நின்று கொண்டிருந்தான்.

'வசந்தன் ரொம்ப மாறிட்டீங்க.'

'இல்ல... கொஞ்சம்தான்.'

'இருக்கலாம்.'

'எதையுமே தீர்மானிக்காம இருக்கிறதுதானே நல்லது.'

'நீங்க தொடர்ந்தும் இங்கதான் இருக்கப் போறீங்களா?'

'தெரியல. இப்போதைக்கு குடும்பத்துக்காக இந்த முடிவு.'

இருவரும் ஆளுக்கு இரு பைகளை, இரு கைகளிலும் சுமந்து கொண்டிருந்தார்கள்.

'நம்ம பரம்பரை வீட்டுல இப்போ யாருமேயில்ல. அங்கேயே போவோம்.'

நான் தங்கையின் கையிலிருந்து ஒரு பையை வாங்கிக் கொண்டு முன்னால் நடந்தேன்.

'அஞ்சலி அண்ணி எங்க?'

‘அம்மா மயானப் பக்கமா போறதைக் கண்டுட்டு என்ன ஏதுன்னு பார்த்துட்டு வரப் போயிருக்கா.’

நாங்கள் பரம்பரை வீட்டின் கதவைத் திறந்தோம். காலடிகளின் மெல்லிய ஓசை வீடு முழுவதும் கேட்டது. உள்ளே சென்றோம். நாங்கள் இருவரும் சிறு பராயத்தில் தங்கியிருந்த அறையின் சுவர்களைத் துடைத்து, தரையைக் கூட்டிப் பெருக்கி கட்டிலைத் தட்டிப் போட்டோம். தங்கை மேசையைத் துடைத்து விட்டு பைகளிலிருந்த புத்தகங்களை மேசை மீது நேர்த்தியாக அடுக்கி வைத்தாள். இருவரது ஆடைகளும் பைகளில் அப்படியே இருக்கட்டும் என விட்டு வைத்தாள். வசந்தன் முற்றத்திலிறங்கி மரங்கள், மண், பறவைகள், சரளைக் கற்கள் போன்ற பலவற்றை ஆராய்ந்தவாறு முற்றத்தில் நடந்து கொண்டிருப்பதை நான் ஜன்னல் வழியே கண்டேன்.

‘நயன்.’

அஞ்சலி ஓடி வந்திருந்தாள். மூச்சு வாங்கியவாறே முற்றத்தின் மத்தியில் நின்று விட்டிருந்தாள். நான் ஜன்னல் வழியே பார்த்துக் கொண்டிருந்தேன். அஞ்சலி மிக வேகமாக மேலும், கீழும் மூச்சு வாங்கினாள். வசந்தன் அஞ்சலியின் முன்னால் வந்தான்.

‘யாரைத் தேடுறீங்க?’

‘நயனாநந்தனை.’

‘நீங்க யாரு?’

‘அஞ்சலி. அஞ்சலிகா வசந்தி.’

‘நான் நினைச்சேன்.’

‘நீங்க வசந்தன்தானே?’

‘ஆமா. எனக்கும் உங்களைத் தெரியும். நயனா என்கிட்டே உங்களைப் பற்றி சொல்லியிருக்கா.’

‘எனக்கும் உங்களைத் தெரியும். நயன் என்கிட்ட சொல்லியிருக்கார்.’

‘உங்ககிட்ட நிறைய குருளைக் கற்கள் இருக்காமே.’

‘ஆமா. நீங்க உங்களோடதையும் எடுத்துட்டுத்தானே வந்திருக்கீங்க?’

‘ஆமா. பல நூற்றாண்டுகளாக தண்ணீர் சொட்டுச் சொட்டாக விழுந்து உருவான கல்லொண்ணு என்கிட்ட இருக்கு. நான் அதைக் கொண்டு உங்களுக்கு ஒரு மாலை பின்னித் தாறேன்.’

நாங்கள் இருவரும் முற்றத்துக்குப் போனோம். நம் மூவருக்கும் முன்பாக அஞ்சலி நின்று கொண்டிருந்தாள். வசந்தன் வீட்டுக்குள் போய் கிட்டாரை எடுத்துக் கொண்டு வந்தான். வசந்தன் அஞ்சலிக்கு முன்னாலும், அஞ்சலி வசந்தனுக்கு முன்னாலும் நின்று கொண்டிருந்தார்கள். அஞ்சலி அப்போதும் வேகமாக மூச்சு வாங்கிக் கொண்டிருந்தாள்.

‘நீங்க ரெண்டு பேரும் வந்திருக்கீங்கன்ற தகவல் காஞ்சிரை மரத்தடிக்கே வந்து சேர்ந்துச்சு.’

‘யார் சொன்னாங்க?’

‘மௌத்கல்யாயனர். புத்தபிரானோட மகனோட குரு. வானத்துல சஞ்சரிக்கிறப்போ கண்டிருக்கார்.’

‘ட்ரோன் கேமரா போல.’

‘மௌத்கல்யாயனரா?’

‘ஆமா. இப்போ எங்கே?’

‘மௌத்கல்யாயனரா?’

‘ஆமா.’

‘திரும்பவும் வானத்துல ஏறி எங்கேயோ போய்ட்டாரு. அவர் ரொம்ப உல்லாசமாத்தான் இருக்காரு.’

‘நானும் சில சமயங்கள்ல அப்படித்தான் இருப்பேன்.’

‘மௌத்கல்யாயனர் மாதிரியா?’

‘ஆமா. வானத்துல மிதந்துட்டிருப்பேன்.’

வசந்தன் கிட்டாரை கைகளிரண்டின் இடையே வைத்து அணைத்துக் கொண்டான். அஞ்சலியையே இமை கொட்டாமல் பார்த்துக் கொண்டேயிருந்தான். வசந்தனின் இசை தென்னை மர உச்சிகளில் மோதியது. அதை மௌத்கல்யாயனரும் உணர்ந்தார்.

ஒன்று

'காஞ்சிரை மரத்தை வெட்டிப் போடச் சொல்லி உங்களுக்கு யார் உத்தரவிட்டது?'

'ஆரி முதலாளி.'

'இங்க காஞ்சிரை மரம் இருக்குறதால ஆரி முதலாளிக்கு என்ன வந்தது?'

'முதலாளி முகமூடிக் கைத்தொழில் நடக்குற அம்பலாங்கொடைக்கு அனுப்பி வைக்க காஞ்சிரை மர ஓடர் ஒண்ணு எடுத்திருக்கார்.'

'இந்தக் கொரோனா காலத்துல முகமூடி போட்டுட்டு ஆடுறது யாரு?'

'கொரோனாவாலதான் முகமூடி போட்டுட்டு ஆடுறாங்க.'

'எவ்வளவுதான் ஆடினாலும் பார்க்கப் போக விட மாட்டாங்க.'

'ஆட்டம் இந்த நாட்டுக்காரங்களுக்காக இல்ல. வெளிநாடுகளிருந்து வாற வெள்ளைக்காரங்களுக்காக.'

'இப்பதான் வெள்ளைக்காரங்க வாறதில்லயே.'

'அப்போ வெளிநாட்டுக்கு அனுப்பி வைக்குறதுக்காக.'

'அங்க யாரு இதைப் போட்டுட்டு ஆடுறது?'

'வெள்ளைக்காரங்கதான்.'

'அவங்க இதெல்லாம் ஆட மாட்டாங்க. அவங்களுக்கும் கொரோனா.'

'இருந்தாலும் அவங்களுக்கு முகமூடிகள் தேவைப்படுதே.'

‘இப்பல்லாம் எங்கேயும் கூட்டமாச் சேர்ந்து ஆட்டம் போடுறது தடை செய்யப்பட்டிருக்கு. கொரோனா பரவுதாம்.’

‘ஆடுறப்போ போட்டுக்குறதுக்காக இல்ல. சுவர் அலங்காரமா தொங்க விடுறதுக்காக.’

‘அதை வேற பலகைகள்ல செஞ்சுக்க சொல்லேன்.’

‘மற்ற பலகைகளை பூச்சி அரிச்சிடும்.’

‘அதனாலென்ன? முகமூடிகள் நிரந்தரமா இருக்க வேணும்னு ஒண்ணும் அவசியமில்லையே.’

‘இந்த மரம் ஆரி முதலாளியோடதா? உன்னோடதா?’

‘என்னோடது.’

‘இந்த சூடு மிதிக்கும் களம் ஆரி முதலாளியோடது.’

‘ஆனாலும் இந்த மரம் என்னோடது.’

‘அப்படியிருக்க வாய்ப்பில்ல.’

‘இது நான் பயன்படுத்தணும்னுதான் முளைச்சுக் காத்துட்டிருக்கு.’

‘அதை ஆரி முதலாளியோட பார்த்துக்கோ. எங்களுக்கு இந்த மரத்தை வெட்டுறதுக்காக பணம் கொடுத்திருக்கார். நாங்க மரத்தை வெட்டப் போறோம்.’

நானும், அவர்களும் என இரு தரப்பினரும் காஞ்சிரை மரத்தின் இரு புறமாகவும் நின்று கொண்டிருந்தோம். அவர்கள் கோடாரியை ஓங்கிய வண்ணம் நின்று கொண்டிருந்தார்கள். அம்மா மரத்தடியிலிருந்தாள். எனது முகத்தையே பார்த்துக் கொண்டிருந்தாள்.

‘மகன்களுக்குப் பிறகு மகன்களோட சொத்துக்கள் எல்லாம் அம்மாவுக்குத்தான் சொந்தம். மகனே, நான் உன்னோட பிள்ளைகளை வளர்த்து ஆளாக்கணும்னு காத்துட்டிருக்கேன்.

அவங்க ஏறி உட்காந்திருக்க இந்த மரம் இருக்கணும். வைய்யால பேடியோட பரம்பரை ஏறி உட்காந்திருக்க இது இருந்தே ஆகணும்.'

அம்மா மரத்தைக் கட்டியணைத்துக் கொண்டாள்.

திடீரென, மரத்தைக் கட்டிப்பிடித்துக் கொண்டிருந்த அம்மா சத்தமாக ஓலமிடத் தொடங்கினாள்.

'சாரதாவை வெட்டாதீங்க. சமரே இதோ உன்னோட சாரதாவை வெட்டுறாங்க. காப்பாத்து.'

அம்மாவின் ஓலம் கேட்டு முதன்முதலாக மயானமிருந்த திசையிலிருந்து ஓடி வந்தவள் அஞ்சலி.

'சாரதாவைக் கட்டிப் பிடிச்சுக்கோ மகளே. இவனுங்களுக்கு இதை வெட்ட இடம் கொடுக்காதே. சமரே வரும்வரைக்கும் நாங்க சாரதாவை அணைச்சிக்கிட்டிருப்போம். எங்களை வெட்டிட்டுத்தான் இவனுங்க சாரதாவை வெட்டணும்.'

அஞ்சலி என்னைப் பார்த்தாள். காஞ்சிரை மரத்தைப் பார்த்தாள். அம்மாவைப் பார்த்தாள். என்னைப் பார்த்தாள். காஞ்சிரை மரத்தை இறுக்கமாக கட்டியணைத்துக் கொண்டாள்.

அம்மா நிறுத்தாமல் ஓலமிட்டுக் கொண்டிருந்தாள்.

'சமரே வாயேன். சாரதாவை வெட்டுறாங்க.'

எனது வலப்புறத்தில் மயானம். இடப்புறத்தில் வயல்வெளி. நடுவே சூடு மிதிக்கும் களம். இரு புறத்திலிருந்தும் ஒவ்வொருவராக வெளிப்பட்டார்கள். அவர்கள் பதற்றமேதுமற்று மெதுமெதுவாக மரத்தை நோக்கி நடந்து கொண்டிருந்தார்கள். முதலாவதாக புத்தர். அடுத்ததாக வக்கலி. ஆனந்தன். ஸ்னாவக சுவாமி. ஹாரா. ஹெக்டர். ரோஹண. சித்ராங்கனி. சுசீலா ராமன். ஸ்பாட்டகஸ். பீத்தோவன். எலீஸ். சோலமன். டேசி எஸ்லின். டேசி

டேனியல். ஜிஜேக். வத்சலா. விசாகா. சிப்ராஸ். சேலை கட்டும் பெண். சௌ சௌ. வஜ்ர. சுரங்கி. சுபோத. யசோதரா. பெரியம்மா. மெதுமெதுவாக வந்து காஞ்சிரை மரத்தைச் சூழ்ந்து கொண்டார்கள். நான் மரத்திலிருந்து சற்று விலகி நின்று கொண்டேன். விலகி நின்று பார்த்துக் கொண்டிருந்தேன். அம்மாவும், அஞ்சலியும் மரத்தை அரவணைத்துக் கொண்டேயிருந்தார்கள். கடைசியில் மயானமிருந்த திசையிலிருந்து வந்தவள், ப்ரியம்வதா.

தேங்க்யூ அட்டையிலிருந்த மணவாளனையும் தன்னுடன் கூட்டிக் கொண்டு ப்ரியம்வதா வந்திருந்தாள். அவன், ஆரி முதலாளியின் மகன்.

'நயன் பயப்படாதீங்க. இந்தக் காணியை என்னோட புருஷன் அவரோட அப்பாகிட்ட இருந்து எழுதி வாங்கி இந்த மரத்தைப் பாதுகாக்கப் போறதா வாக்கு கொடுத்திருக்கார். காணியை எழுதி வாங்குற வரைக்கும் நம்ம காஞ்சிரை மரத்தை வெட்ட நான் அனுமதிக்க மாட்டேன். புத்தருக்கு மரத்து மேல ஏறச் சொல்லுங்க நயன். இங்க இருக்குற எவனாவது கோடரியைத் தூக்குறானான்னு பார்ப்போம்.'

ஊருக்கு வந்த நாளில் நான் வரைந்த அஞ்சலி

ஆறாம் ஆண்டில் வைத்து நான் வரைந்த அஞ்சலி

தங்கை வரைந்த மெடில்டா

சமரவின் அன்பிற்குரிய சாரதா

பதினோராம் ஆண்டில் வைத்து நான் வரைந்த சேலை கட்டும் பெண்

சேலை கட்டும் பெண்ணை சந்தித்ததற்குப் பிறகு
நான் வரைய முற்பட்ட அவள்

நான் வரைந்த வத்சலா

நான் வரைந்த எலீஸ்

அஞ்சலி கதவில் ஒட்டி வைத்த அஞ்சலி

அன்றைய எனது அன்பிற்குரிய ப்ரியம்வதா

ஜிஜேக் என்னிடம் தந்த சித்திரம்

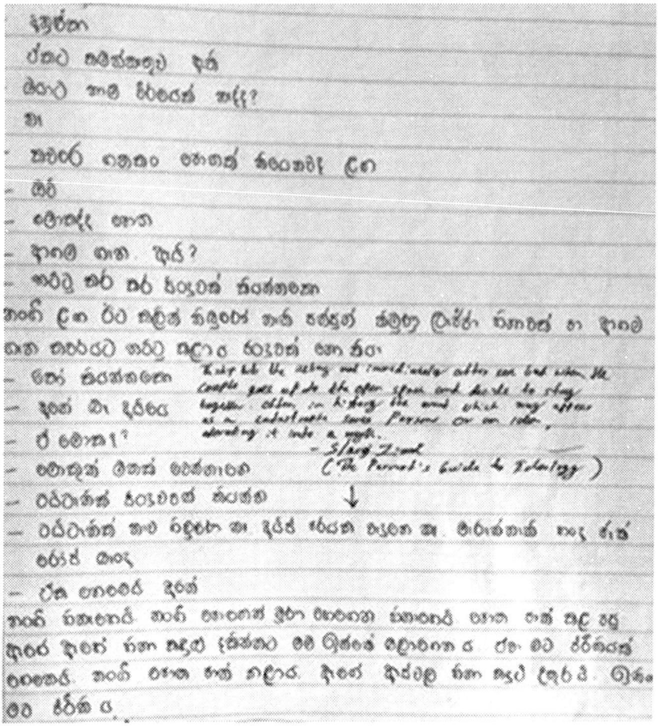

எனது கையெழுத்துப் பிரதியில் தங்கை குறித்து வைத்துள்ள விதம்

நான் வரைந்த எனது அழகிய தங்கை

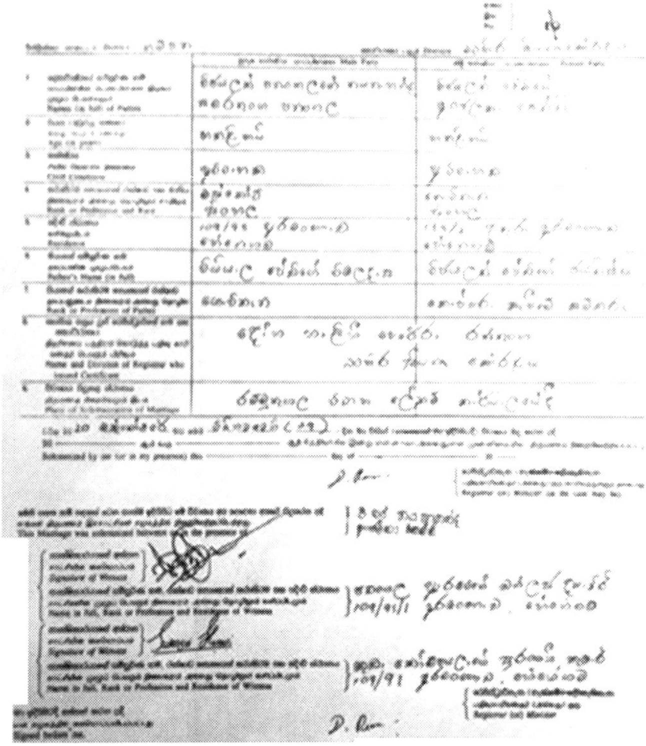

அஞ்சலியினதும், எனதும் திருமணப் பதிவின் பிரதி